AF658675

മലയാളകേളി

Malayalakeli
Linguistics Studies

Vattapparambil Peethambaran

CHINTHA PUBLISHERS
Thiruvananthapuram

First Edition
February 2016

Second Impression
February 2022

Published & Typesetting
Chintha Publishers, Thiruvananthapuram

Cover Design
Ambeesh Kumar

ISBN: 978-93-85045-54

CR - 2318 / 5937

Email: chinthapublishers@gmail.com
Website: www.chinthapublishers.com

A version is available at National Libraries
Kolkata, Mumbai, Chennai and Delhi

Distribution
DESHABHIMANI BOOKHOUSE
H O Thiruvananthapuram 695035

Branch
Head Office Kunnukuzhi • Statue Thiruvananthapuram
KSRTC Bus Terminal Thampanoor • Saphalyam Complex Thiruvananthapuram
KSRTC Bus Station Alappuzha • KSRTC Bus Station Ernakulam
Machingal Lane Thrissur • IG Road Kozhikode
Mavoor Road Kozhikode • NGO Union Building Kannur
Central Bus Terminal Complex Thavakkara Kannur

മലയാളകേളി

വട്ടപ്പറമ്പിൽ പീതാംബരൻ

ചിന്ത പബ്ലിഷേഴ്സ്
തിരുവനന്തപുരം-695 035
വില: ₹ 90

വട്ടപ്പറമ്പിൽ പീതാംബരൻ

1938 മാർച്ച് 7 ന് തിരുവനന്തപുരം ജില്ലയിലെ ശ്രീകാര്യം, മേലുളിയാഴ്ത്തുറയിൽ ജനിച്ചു. പിതാവ്: വട്ടപ്പറമ്പിൽ വി രാഘവൻപിള്ള, മാതാവ്: ശ്രീമതി പി അമ്മുക്കുട്ടി അമ്മ.

വിവിധ സ്കൂളുകളിൽ 31 വർഷം അദ്ധ്യാപകനായും 5 വർഷം കോലിയക്കോട് ഗവ. യു പി എസിൽ ഹെഡ്മാസ്റ്ററായും സേവനമനുഷ്ഠിച്ചു. 14–ാമത്തെ വയസ്സു മുതൽ നാടകാഭിനയം തുടങ്ങി. 20 വർഷക്കാലം കേരളത്തിലെ പ്രശസ്ത നാടകസമിതികളുടെ വിവിധ നാടകങ്ങളിൽ സജീവമായി. നടൻ, നാടകകൃത്ത്, നാടകസംവിധായകൻ, നാടകവിധികർത്താവ്, നാടൻപാട്ടു പരിശീലകൻ, ഗ്രന്ഥകാരൻ, പ്രഭാഷകൻ എന്നീ നിലകളിൽ സാംസ്കാരിക പ്രവർത്തനം നടത്തുന്നു. നാലു പതിറ്റാണ്ടായി ആകാശവാണി നാടകങ്ങളിൽ അഭിനയിക്കുന്നു.

1987 ൽ നാടകരചനയ്ക്ക് അദ്ധ്യാപക കലാ – സാഹിത്യസമിതി സംസ്ഥാന അവാർഡ്, 1991 ൽ അദ്ധ്യാപകർക്കുള്ള സംസ്ഥാന അവാർഡ്, 2005 ൽ ഏറ്റവും മികച്ച നാടകസംബന്ധമായ ഗ്രന്ഥത്തിന് (*മലയാള നാടകവിജ്ഞാനകോശം*) കേരള സംഗീതനാടക അക്കാദമി അവാർഡ് എന്നിവ ലഭിച്ചിട്ടുണ്ട്. കുട്ടികളുടെ നാടകസംവിധാനത്തിന് രണ്ടുതവണ സംസ്ഥാന അംഗീകാരം ലഭിച്ചു.

പ്രധാന കൃതികൾ. *മലയാള നാടകവിജ്ഞാനകോശം പരിഷ്കരിച്ച പതിപ്പ്, നാടകം കളിയല്ല, അഭിനയത്തിന്റെ അകപ്പൊരുൾ തേടി, പാഞ്ചജന്യം മുഴങ്ങട്ടെ* (നാടകം), *ചിറകറ്റസ്നേഹം* (കുട്ടികളുടെ നാടകം), *ബലിമൃഗം* (കുട്ടികളുടെ നാടകങ്ങൾ), *മലയാള ലഘുവ്യാകരണം, ആയിരത്തൊന്നു ശൈലികൾ, പുരാണവിജ്ഞാന ശകലങ്ങൾ, കുട്ടികളുടെ നാടൻ പാട്ടുകൾ–ഒന്നാം ഭാഗം–വ്യാഖ്യാന സഹിതം, കുട്ടികളുടെ നാടൻ പാട്ടുകൾ–രണ്ടാം ഭാഗം –വ്യാഖ്യാന സഹിതം, നാടൻപാട്ടുകൾ–അഭിനയിക്കാൻ സംവിധാനപാഠം സഹിതം, അമ്മയ്ക്കൊരുമ്മ – ബാലകവിതകൾ, മൊഴിയഴക്, നാട്ടറിവുകളുടെ ഉള്ളറകളിലേക്ക്.*

ഭാര്യ : കെ ലളിതകുമാരി. (1989 ൽ അന്തരിച്ചു)

മക്കൾ : ഗീത, സോഫിയ, നദീറ, ഡൈസ്നോൺ (യുവജനക്ഷേമബോർഡ്)

വിലാസം : രാഗം, തൈക്കാട്, വേങ്കവിള
ഇരിഞ്ചിയം പി ഒ നെടുമങ്ങാട്
തിരുവനന്തപുരം 695 561

ഫോൺ : 0471 2419576, 9446479576

ഉള്ളടക്കം

പ്രസാധകക്കുറിപ്പ്

കുട്ടികൾക്ക് മലയാളപഠനം എങ്ങനെ എളുപ്പമുള്ളതാക്കാം എന്ന ലക്ഷ്യത്തോടെയാണ് വട്ടപ്പറമ്പിൽ പീതാംബരൻമാഷ് ഈ ഗ്രന്ഥം രചിച്ചിട്ടുള്ളത്. നിരവധി ഭാഷാപരമായ കളികൾ ഈ ഗ്രന്ഥത്തിൽ നല്കിയിട്ടുണ്ട്. വായിക്കാനും, കുട്ടികൾക്കു വായിച്ചു കൊടുക്കാനും, ക്ലാസ് മുറികളിൽ ഉപയോഗിക്കുവാനും ഈ ഗ്രന്ഥം ഉപയോഗപ്രദമാണ്. മാതൃഭാഷ അനായാസേന സ്വായത്തമാക്കാൻ ഈ പുസ്തകം ഏറെ സഹായകമാകും എന്ന അറിവോടെ ഈ ഗ്രന്ഥം ഞങ്ങൾ സമർപ്പിക്കുന്നു.

ചിന്ത പബ്ലിഷേഴ്സ്

മുഖമൊഴി

"മലയാളം സുന്ദരമാണ്; പക്ഷേ, പഠിക്കാൻ പ്രയാസമാണ്." പലരും പറയുന്ന വാക്യമാണിത്. ഇത് തെറ്റായ ധാരണയാണെന്നാണ് എന്റെ പക്ഷം. കുട്ടിക്കാലം മുതൽ വീട്ടിൽ തുടങ്ങണം മലയാള പഠനം. അമ്മയാകണം ആദ്യ ഗുരു. ആകണമെന്നല്ല ആണ്.

കുട്ടികളുമായി സംസാരിക്കാൻ ധാരാളം സമയം രക്ഷിതാക്കൾ കണ്ടെത്തണം. 'മിണ്ടരുത്' എന്ന പദം കുട്ടികളോട് പറയാതിരിക്കുക; വീട്ടിലും പള്ളിക്കൂടത്തിലും. അവർ ധാരാളം സംസാരിക്കട്ടെ. ഊമക്കുട്ടികളല്ലല്ലോ നമുക്കു വേണ്ടത്.

മുതിർന്നു വരുന്നതിനനുസരിച്ച് കുട്ടികൾക്ക് കഥകളും, പാട്ടുകളും, വായ്ത്താരികളും, കടംകഥകളും, പഴഞ്ചൊല്ലുകളുമൊക്കെ പറഞ്ഞുകൊടുക്കാനും പറയിക്കാനും രക്ഷിതാക്കൾ സമയം മാറ്റിവയ്ക്കണം. 'സമയമില്ല' എന്ന പല്ലവി പൊങ്ങച്ചമാണ്. സമയം ക്രമീകരിക്കാത്തതാണ് ഈ പല്ലവിക്കു കാരണം.

കുട്ടികൾക്ക് മലയാളപഠനം എങ്ങനെ എളുപ്പമുള്ളതാക്കാം, രസകരമാക്കാം എന്നതാണ് ഈ പുസ്തകം ലക്ഷ്യമിടുന്നത്. മൂന്നരപതിറ്റാണ്ടുകാലത്തെ അദ്ധ്യാപകജീവിതത്തിൽനിന്നു കിട്ടിയ അനുഭവങ്ങളാണ് ഈ ഗ്രന്ഥരചനയ്ക്കാധാരം. അദ്ധ്യാപനം ഒരു കല തന്നെയാണ്.

ഈ ഗ്രന്ഥത്തിൽ നിരവധി ഭാഷാപരമായ കളികൾ നല്കിയിട്ടുണ്ട്. അവ രസകരമാക്കാൻ അദ്ധ്യാപകന് മാറ്റങ്ങൾ വരുത്താം. പഠനം എപ്പോഴും രസകരമാകണമെന്നു മാത്രം. ക്ലാസുമുറികൾ ശബ്ദവും താളവും പാട്ടും ചിരിയും പ്രവർത്തനങ്ങളുമുള്ള ജീവനുള്ള വേദികളാകണം. പ്രത്യേകിച്ചും താഴ്ന്ന ക്ലാസുകൾ. 'അച്ചടക്കം' എന്ന പദം കുട്ടികളെ പാവകളാക്കാനുള്ളതല്ല. താളബോധമുണ്ടാക്കാനുള്ളതാണ്. ആ ബോധം വളരുമ്പോൾ

ജീവിതവും താളമുള്ളതാകും – ചിട്ടയുള്ളതാകും – ജീവിതം 'അവതാള'ത്തിലാകില്ല. ഈ ചിന്തയെ അടിസ്ഥാനമാക്കിയാണ് *മലയാളകേളി* എന്ന ഈ പുസ്തകം രചിച്ചിരിക്കുന്നത്.

ഇത്തരം ഒരു ഗ്രന്ഥരചനയ്ക്ക് ഒരു പ്രേരകശക്തിയുണ്ട്. പ്രശസ്ത കവി ശ്രീ. വി മധുസൂദനൻ നായർ. കൂടെ അദ്ദേഹത്തിന്റെ മേൽനോട്ടത്തിൽ തിരുവനന്തപുരം കേന്ദ്രമാക്കി പ്രവർത്തിക്കുന്ന 'മലയാളം പള്ളിക്കൂട'ത്തിന്റെ സംഘാടകരായ ശ്രീ. ഗോപി നാരായണനും അദ്ദേഹത്തിന്റെ പ്രിയപത്നി ശ്രീമതി ജെസ്സി നാരായണനും. ഇവരേവരോടുമുള്ള നന്ദി ഇവിടെ രേഖപ്പെടുത്തുന്നു.

ഗ്രന്ഥരചനയിൽ എന്റെ വഴികാട്ടിയും, ആജീവനാന്ത പഠനത്തിലേക്ക് എന്നെ നയിക്കുകയും ചെയ്യുന്ന എന്റെ പ്രിയ ജ്യേഷ്ഠനും, പ്രശസ്ത ഭാഷാപണ്ഡിതനും ഗ്രന്ഥകാരനുമായ പ്രൊഫ. വട്ടപ്പറമ്പിൽ ഗോപിനാഥപിള്ളയെ നന്ദിപൂർവ്വം ആദരിച്ചുകൊണ്ട്, എന്റെ സുഹൃത്തുക്കളോടും കുടുംബാംഗങ്ങളോടുമുള്ള നന്ദി അറിയിച്ചുകൊണ്ട്, ഇതിന്റെ പ്രസിദ്ധീകരണം നിർവ്വഹിച്ച *ചിന്ത* പബ്ലിഷേഴ്സിലെ പ്രവർത്തകരെ നന്ദിപൂർവ്വം സ്മരിച്ചുകൊണ്ട്,

മലയാളത്തെ സ്നേഹിക്കുന്ന ആയിരങ്ങൾക്കായി *മലയാളകേളി* സമർപ്പിക്കുന്നു.

സ്നേഹപൂർവ്വം,

വട്ടപ്പറമ്പിൽ പീതാംബരൻ

1

മലയാളം നമ്മുടെ ശക്തി

അക്ഷരമുത്തുകൾ കൊത്തിയെടുക്കും അരുമക്കുട്ടികളേ,
അറച്ചിടാതെ ഒച്ചകൾ കൂട്ടി
അക്ഷരമുരുവിടുവിൻ.
    മലയാളത്തിൻ ചന്തം നുകരാൻ
    മനസ്സിനു കഴിയട്ടെ,
    മലയാളത്തിൻ മഹിമകൾ കണ്ട്
    മനം കുളിർക്കട്ടെ.
മലയാളത്തിൻ പെരുമകൾ പാടാൻ നാവിനു കഴിയട്ടെ
മലയാളത്തിൻ തനിമകൾ കേൾക്കാൻ കാതിനു കഴിയട്ടെ.
    മലയാളം ഹാ! നമ്മുടെ ഭാഷ
    മലയാളം താൻ നമ്മുടെ ശക്തി.

2

എങ്ങനെ പഠിക്കാം?

പ്രിയപ്പെട്ട കുഞ്ഞുങ്ങളേ,

നമുക്കു പഠിച്ചു തുടങ്ങാം. ആദ്യം പഠിക്കേണ്ടത് നമ്മുടെ മാതൃഭാഷ തന്നെയാകണം. മലയാളമാണ് നമ്മുടെ മാതൃഭാഷ.

ആദ്യം മാതൃഭാഷയെ സ്നേഹിക്കണം; ആദരിക്കണം; പെറ്റമ്മയെപ്പോലെ. അമ്മയെ സ്നേഹിക്കുന്നവർക്കു മാത്രമേ മാതൃഭാഷയെയും സ്നേഹിക്കാൻ കഴിയൂ.

മലയാളപഠനം എളുപ്പമാണ്. അതു പഠിക്കാനുള്ള എളുപ്പവഴികൾ പാട്ടുകളായും, അക്ഷരക്കളികളായും ഈ പുസ്തകത്തിലുണ്ട്. അവ പഠിക്കുന്നതിന് കുട്ടികളെ രക്ഷിതാക്കൾ സഹായിക്കുക. ദിവസവും ഒരല്പസമയം കുട്ടികൾക്കൊപ്പം ചെലവഴിച്ച് ഇതിലെ അക്ഷരകേളികളിൽ പങ്കാളികളായി സ്നേഹം പകരുക.

ഇനി പഠിച്ചു തുടങ്ങാം. ആദ്യം കേൾക്കാൻ, പിന്നെ പറയാൻ, അതുകഴിഞ്ഞ് എഴുതാൻ. ഇതാണ് പഠനക്രമം.

കേൾക്കാൻ പഠിക്കാം

കേൾക്കാൻ പഠിക്കുകയോ? അതെങ്ങനെ? പറയാം. പറയുന്ന ആൾ, കേൾക്കുന്നവർ എന്നിങ്ങനെ രണ്ടു വിഭാഗമുണ്ടിവിടെ. പറയുന്നവരും കേൾക്കുന്നവരും അറിഞ്ഞിരിക്കേണ്ട ചില കാര്യങ്ങളുണ്ട്. അവ എന്താണെന്നു നോക്കാം.

പറയുന്നയാൾ അറിയേണ്ടവ

പറയുന്നയാൾ ഉറക്കെ മാത്രമേ പറയാവൂ. കേൾക്കുന്നവർക്ക് പറയുന്നവ കേൾക്കാനുതകുന്ന ഒച്ചയിൽ പറയണം.

പറയുന്ന കാര്യത്തിന്റെ ആദ്യം മുതൽ അവസാനം വരെയുള്ള ശബ്ദം, കേൾക്കുന്നവർക്ക് (ശ്രോതാക്കൾക്ക്) മനസ്സിലാകും വിധം വ്യക്തമാകണം.

ക്ലാസുമുറികളിലും കഴിയുമെങ്കിൽ മറ്റിടങ്ങളിലും പഠനസമയത്ത് ഉച്ചാരണശുദ്ധിയോടെ പറയണം.

ശബ്ദത്തിന് ഭാവം നല്കി പറയണം. അതിന് ശബ്ദക്രമീകരണം വേണം. പറയുന്നയാൾ (വക്താവ്) ഒരേ ശബ്ദത്തിലാണു പറയുന്നതെങ്കിൽ ശ്രോതാക്കളുടെ ശ്രദ്ധ കുറയാൻ ഇടയുണ്ട്.

പറയുന്നതിൽ അമിതവേഗം പാടില്ല. അതിന് ഒരു താളമുണ്ടായിരിക്കണം.

കുട്ടികളാണ് ശ്രോതാക്കളെങ്കിൽ ഒരേ കാര്യം ആവർത്തിച്ചു പറയുന്നതു നല്ലതാണ്.

ക്ലാസുമുറികളിൽ എല്ലാവരിലും ശ്രദ്ധ പതിപ്പിച്ചുവേണം പറയേണ്ടത്.

പറയുന്നത് ഊർജ്ജസ്വലതയോടെയാവണം, സന്തോഷഭാവം നിലനിർത്തിപ്പറയണം.

ശ്രോതാക്കൾ അറിയേണ്ടവ

കണ്ണ് പറയുന്നയാളിൽത്തന്നെയായിരിക്കണം. കാതും മനസ്സും വക്താവിന്റെ ശബ്ദത്തിലാകണം. പറയുന്നയാളിന്റെ ശബ്ദത്തിന്റെ ഏറ്റക്കുറച്ചിൽ, ഭാവം എന്നിവ ശ്രദ്ധയോടെ കേൾക്കണം.

വക്താവിന്റെ ശബ്ദത്തിന്റെ താളമറിയുക. പറയുന്ന കാര്യങ്ങളിലെ അക്ഷരങ്ങളുടെ ഉച്ചാരണം, പദങ്ങളുടെ ശബ്ദക്രമീകരണം, ഭാവം എന്നിവ ശ്രദ്ധയോടെ കേട്ടു മനസ്സിലാക്കേണ്ടതാണ്.

കേൾക്കുന്നയാൾ കൈകാലുകൾ ആട്ടിയും, മറ്റിടങ്ങളിലേക്കു നോക്കിയും പറയുന്ന കാര്യങ്ങളിൽനിന്നു ശ്രദ്ധ തിരിക്കരുത്.

വക്താവ് പറയുന്ന കാര്യങ്ങൾ അതേ താളത്തിൽ മനസ്സിൽ ആവർത്തിക്കണം. വക്താവിന്റെ വാക്കുകളോ, അക്ഷരങ്ങളോ വ്യക്തമായി മനസ്സിലായില്ലെങ്കിൽ അതു തുറന്നുപറഞ്ഞ് ശരിയായി ധരിക്കേണ്ടതാണ്.

ശ്രോതാവ് പറയുമ്പോഴും വക്താവ് അറിയേണ്ട കാര്യങ്ങൾ അനുസരിച്ചുതന്നെ പറയണം. കേൾവിക്കുറവുണ്ടെങ്കിൽ അക്കാര്യം തുറന്നു പറയാൻ മടിക്കരുത്.

എഴുതി പഠിക്കാം

മലയാള അക്ഷരങ്ങൾ എഴുതുന്നത് ഇടത്തുനിന്നു വലത്തോട്ടാണ്. 'ട' എന്ന അക്ഷരം വലത്തുനിന്ന് എഴുതിത്തുടങ്ങി ഇടത്ത് അവസാനിക്കുന്നു.

മലയാളം അക്ഷരങ്ങൾക്കെല്ലാം ഉരുണ്ട ആകൃതിയാണുള്ളത്. എഴുതിത്തുടങ്ങിയാൽ എഴുതുന്ന അക്ഷരം എഴുതിത്തീരുന്നതുവരെ എഴുത്തുപകരണം മാറ്റുന്നില്ല.

അക്ഷരങ്ങൾക്കെല്ലാം ഒരേ പൊക്കമാണ്. ചില അക്ഷരങ്ങളുടെ ചില ഭാഗങ്ങൾ പൊക്കം കുറഞ്ഞിരിക്കും. അക്ഷരങ്ങളുടെ അടിവശവും മിക്കവാറും ഒരേ നിരപ്പിലായിരിക്കും. ചില അക്ഷരങ്ങളുടെ ചില ഭാഗങ്ങളും, ചില അടയാളങ്ങളും അക്ഷരങ്ങളേക്കാൾ പൊങ്ങിയും താണും വരും. അവ ഏതെന്ന് പ്രത്യേകം മനസ്സിലാക്കുക.

ആ ഐ ഉ എ ഏ

ഈ അക്ഷരങ്ങളുടെ ചില ഭാഗങ്ങൾ താഴെപ്പോയിരിക്കുന്നതു നോക്കിയറിയുക.

കി കീ കു കൂ കൃ

ഈ അക്ഷരങ്ങളോടു ചേർന്നുള്ള അടയാളങ്ങൾ അക്ഷരങ്ങളുടെ നിരപ്പിൽനിന്നു പൊങ്ങിയും താണും പോയിരിക്കുന്നതു ശ്രദ്ധിക്കുക.

അക്ഷരങ്ങളോട് അടയാളങ്ങൾ എങ്ങനെ എഴുതണമെന്ന് താഴെ കൊടുത്തിരിക്കുന്നതു നോക്കി എഴുതി പഠിക്കുക.

അ ആ ഇ ഈ ഉ ഊ

– –ാ –ി –ീ –ു –ൂ

ക കാ കി കീ കു കൂ

ഋ എ ഏ ഐ ഒ ഓ ഔ

–ൃ –െ –േ –ൈ –ൊ –ോ –ൗ

കൃ കെ കേ കൈ കൊ കോ കൗ

കം ക്യ ക്വ ക്ല ക്ര

അടയാളങ്ങൾ അക്ഷരങ്ങളോട് എങ്ങനെ ചേർത്തെഴുതണമെന്നും അവയുടെ രൂപം എന്താണെന്നും പഠിക്കുക.

അക്ഷരങ്ങൾ എഴുതുന്ന വിധം

മലയാളഭാഷയിലെ അക്ഷരങ്ങൾ ചന്തമുള്ളവയാണ്. ഓരോ അക്ഷരവും എവിടെ തുടങ്ങി എവിടെ അവസാനിക്കണമെന്ന് അവയോടൊപ്പമുള്ള ശരച്ചിഹ്നം നോക്കി അറിയുക. മുതിർന്നവരുടെ സഹായത്തോടെ മണലിൽ എഴുതിയെഴുതിയെഴുതി പഠിക്കുക. എഴുതുമ്പോൾ എഴുതുന്ന അക്ഷരം ഉറക്കെ പറയുകയും വേണം.

→ 1 – അക്ഷരം എഴുതിത്തുടങ്ങുന്നതു സൂചിപ്പിക്കുന്നു.

→ 0 – അക്ഷരം എഴുതി അവസാനിക്കുന്നതു സൂചിപ്പിക്കുന്നു.

(ഇതിനിടയിൽ എഴുത്തുപകരണം എഴുത്തിൽനിന്നു മാറ്റുന്നില്ല).

3

താളം പഠിക്കാം

കുഞ്ഞുങ്ങളേ,

നിങ്ങളുടെ മനസ്സിൽ താളമുണ്ട്. ഹൃദയമിടിപ്പ് താളത്തിലാണ്. നിങ്ങളുടെ നടത്തയിൽ, ചിരിയിൽ, കരച്ചിലിൽ, ഓട്ടത്തിൽ, ചാട്ടത്തിൽ ഒക്കെ താളമുണ്ട്. നമുക്കു ചുറ്റുമുള്ള ചെടികളിലും, പൂക്കളിലും, ഇലകളിലും, എല്ലാ ശബ്ദങ്ങളിലും, ഇടിയിലും, മഴയിലും, കാറ്റിലും, തിരയിലുമൊക്കെ താളമുണ്ട്. ചുരുക്കത്തിൽ താളമില്ലാതെ ഒന്നുമില്ല. താളമയമാണ് പ്രപഞ്ചം.

നിങ്ങളുടെ ഉള്ളിലുറങ്ങുന്ന താളം നമുക്ക് ഉണർത്തിയെടുക്കാം. കൈപ്പത്തികൾ ചേർത്തടിച്ചും, വസ്തുക്കൾ തമ്മിൽ തട്ടി ശബ്ദമുണ്ടാക്കിയും താളം പ്രയോഗിക്കാം.

അദ്ധ്യാപകൻ കൈകൾ തട്ടി കൂടെ ശബ്ദങ്ങൾ പുറപ്പെടുവിച്ച് താളം പഠിപ്പിക്കണം. കുട്ടികളെ കൈകൾ ചേർത്തടിപ്പിച്ച് പരിശീലിപ്പിക്കാം.

(വേണമെങ്കിൽ ഇവിടെ ഇംഗ്ലീഷ് നമ്പറുകൾ ഉപയോഗിക്കാം)

താളപരിശീലനം

1. വൺ....ടു.... ത്രീ.... ഫോർ.
   X X X X
2. വൺ...വൺടു....വൺടുത്രീ.
   X XX XXX
3. വൺടു....വൺടു....വൺടുത്രീ.
   XX XX XXX
4. വൺ...വൺ...വൺടുത്രീ.
   X X XXX
5. വൺ...വൺടു...വൺടുത്രീ.
   X XX XXX
6. വൺടുത്രീ..വൺടുത്രീ.വൺ..ടു.. ത്രീ.
   XXX XXX X....X....X
7. വൺടുത്രീഫോർ... വൺടുത്രീ
   വൺടു.... വൺടുത്രീ
   XXXX....XXX
   XX XXX

X – കൈകൾ തമ്മിൽ അടുപ്പിക്കാനുള്ള ചിഹ്നം.

മേൽക്കാണിച്ചിട്ടുള്ള രീതിയിൽ നമ്പരുകൾക്കൊപ്പം കൈയടിപ്പിക്കുന്നത് ആദ്യം സാവധാനത്തിലും ക്രമേണ ദ്രുതതാളത്തിലുമാകണം. ഓരോ താളപ്രവർത്തനവും ഭംഗിയായി പഠിച്ചതിനുശേഷമേ അടുത്തതു തുടങ്ങാവൂ.

കൈകൊണ്ടുള്ള പരിശീലനം കഴിഞ്ഞശേഷം ചുറ്റുപാടുകളിൽനിന്നുള്ള വസ്തുക്കൾ — ചെറിയ കോലുകൾ, ചിരട്ടകൾ, ചല്ലിക്കല്ലുകൾ, സ്റ്റീൽടംബ്ലറുകൾ, സ്റ്റീൽ പാത്രങ്ങൾ, തമ്മിൽ മുട്ടുമ്പോൾ ശബ്ദം കേൾക്കുന്നതെന്തും - തമ്മിൽ ചേർത്തു തട്ടിച്ച് പഠിച്ച താളങ്ങൾ പരിശീലിപ്പിക്കാം.

അദ്ധ്യാപകന്റെ കലാപരമായ വാസനയ്ക്കനുസരിച്ച് ശാരീരിക ചലനങ്ങളും, ശബ്ദപ്രയോഗങ്ങളും കുട്ടികൾക്കു നല്കാവുന്നതാണ്. കുട്ടികളെ ചെറുസംഘങ്ങളായി തിരിച്ച്, ഓരോ സംഘത്തിനും ഓരോ താളം നല്കി, ഓരോതരം വസ്തുക്കൾ തട്ടിച്ചുള്ള പ്രവർത്തനം നല്കി ഒരു കളിയായും താള പരിശീലനം നടത്താം. സംഘപ്രവർത്തനത്തിലൂടെ കുട്ടികളുടെ ആത്മവിശ്വാസവും ഐകൃബോധവും ഒപ്പം താളബോധവും വളർത്തിയെടുക്കാവുന്നതാണ്.

വായ്ത്താരികൾ

അക്ഷരങ്ങൾ താളത്തിൽ ചൊല്ലുന്നതാണ് വായ്ത്താരികൾ. അവയ്ക്ക് അർത്ഥമുണ്ടാകണമെന്നില്ല.

ശബ്ദശേഷി, സംസാരശേഷി, താളബോധം, ഈണബോധം, ശബ്ദക്രമീകരണശേഷി, ആത്മവിശ്വാസം, നാവിന്റെ വഴക്കം എന്നിവ വളർത്താനുള്ളതാണ് വായ്ത്താരി ചൊല്ലൽ.

വായ്ത്താരി ചൊല്ലേണ്ട രീതി നോക്കുക.

ത..... കി..... ട.... ത...കി...ട....... തകിട
ത...ക - ത...ക - തക... തക...തകതക
തകിട തക തക 1.
തകിട തക തക 2.
തകിട തക തക 3.
തകിട ധോം 4.

ആദ്യം ഓരോ അക്ഷരം സാവധാനത്തിൽ കൈത്താളത്തോടെ. പിന്നീട് ഒറ്റത്താളത്തിൽ വേഗം കുറച്ച്. ശേഷം ഒറ്റത്താളത്തിൽ അക്ഷരങ്ങൾ ചേർത്ത്.

ഓരോ വരിയും ഇതേ രീതിയിൽ ആവർത്തിച്ച് ശബ്ദം കുറച്ചും കൂട്ടിയും പതിഞ്ഞ താളത്തിലും ദ്രുതതാളത്തിലും കൈയടിച്ച് സംഘമായും ഒറ്റയ്ക്കും ചൊല്ലിക്കണം.

നല്ലവണ്ണം താളത്തിൽ ചൊല്ലാൻ പഠിച്ചശേഷം പല ഈണത്തിൽ ചൊല്ലിക്കണം. ഈണവും താളവും തമ്മിൽ പൊരുത്തം ഉണ്ടായിരിക്കേണ്ടതാണ്. ഏതാനും വായ്ത്താരികൾ ചുവടേ ചേർക്കുന്നു.

1. തെയ് തെയ് തക
   തെയ് തെയ് തോം.
2. തകൃത തക തക
   തകൃത തക തക
   തകൃത തകതകധോം.
3. തത്തിത്തരികിട ധോം
   തിത്തിത്തിമി തിമിധീം.
4. തെന്തിനം തെന്തിനന്നോ - തൊയ്യ

തെന്തിനം തെന്തിനന്നോ (2)

5. താം തൈ കിട തക
തത്തൈ കിട തക
തകധിമി തകജ്ജുണുതാം.

6. താരിളം തെയ്യാരാ തെയ്യത്താരാ
താരിളം തെയ്യാരാ. (2)

7. തത്തെയ്യം താതയ്യം താരോ – തിമി
തത്തിനം തിന്നായി താരോ.

8. തിമൃത തരികിട
തകൃത തരികിട
തകൃത തകധിമി ധോം.

9. ആ – തിന്തതിന തിന്തിന്തോ –
തിന്തിന്താരാ
ആ – തിന്തതിന തിന്തിന്തോ –
തിന്തിന്താരാ.

10. തിത്തിത്താരാ തകധിമി താരാ
തത്തിത്തരികിട തകധിമി ധോം.

11. തോം ത തിന്തക തിന്തകതോം
തത്തിത്തരികിട തിത്തിത്തെയ്
തോം.

12. തില്ലേലേ ലേലമച്ചാ തില്ലേലേ
ലേലോ
തില്ലേലേ ലേലമച്ചാ തില്ലേലേ
ലേലോ.

13. ഏരേരിയേരേയീരകയേരേരി
യേരോ
ഏരേരിയേരേയീരകയേരേരി
യേരോ
ഏരേരിയേരേയീരകയേരേരി
യേരോ.

14. താതത്തക്കിട തന്നാരോ തക
തക്കിട തക്കിട തന്നാരോ
താതത്തക്കിട തക്കിടത്തരികിട
താതത്തക്കിടത്തന്നാരോ.

15. ഓ തിന്തോ തിന്തിമിത്തിന്തോ
തെയ്യത്തിമിന്താരാ (2).

നാവുവഴങ്ങാൻ

നാം സംസാരിക്കുന്നത് നാവു കൊണ്ടാണല്ലോ. സംസാരിക്കുമ്പോൾ നാവ് വായ്ക്കുള്ളിൽ എവിടെയെല്ലാം തൊടുന്നുവെന്നും നാവിന്റെ രൂപം എങ്ങനെയെല്ലാം മാറുന്നുവെന്നും ശ്രദ്ധിച്ചിട്ടുണ്ടോ? വായ്ക്കുള്ളിൽ തൊണ്ട, ഉണ്ണാക്ക്, പല്ലുകൾ, മേൽവായുടെ മദ്ധ്യഭാഗം എന്നിവയും ചുണ്ടുകളും നമ്മുടെ സംഭാഷണത്തിനു സഹായിക്കുന്നുണ്ട്.

സംഭാഷണത്തിനും, രുചിയറിയാനും സഹായിക്കുന്ന നാവ് എപ്പോഴും ശുചിയായിരിക്കണം. നാവ് നല്ലതുപോലെ വഴങ്ങിയാലേ സംസാരം വ്യക്തമാകൂ. നാവു വഴങ്ങുന്നതിനുള്ള പരിശീലനത്തിനായി നമ്മുടെ നാടോടിപ്പാട്ടുകളിൽ ചിലത് ഇവിടെ ചേർക്കുന്നു; കൂടെ മറ്റു ചില പാട്ടുകളും. ഈ പാട്ടുകൾ ആദ്യം സാവധാനത്തിൽ പറഞ്ഞു ശീലിക്കണം. അതിലെ അക്ഷരങ്ങൾ മുഴുവൻ വ്യക്തമാകുംവിധമാണ് പറയേണ്ടത്. ക്രമേണ അല്പാല്പമായി വേഗം കൂട്ടിക്കൂട്ടി അവസാനം നല്ല വേഗത്തിൽ, വ്യക്തമായി ചൊല്ലി ശീലിക്കണം. വേഗം കൂടുമ്പോൾ അക്ഷരങ്ങൾ വിട്ടുകളയുകയോ, സ്ഫുടത കുറയുകയോ അരുത്.

1. അമ്മയൊരായിരം ഉമ്മ തന്നു
നന്മകൾ നേരുവാനച്ഛനെത്തി.

2. ചറ പറ ചറപറ മഴപെയ്തു
പറപറ ശബ്ദം കേൾക്കുന്നു.

3. തൊണ്ടടി മടലടി തൊണ്ടടി മടലടി
മടലടി മടലടി മടലടി തൊണ്ടടി.

4. ആശമോൾക്കൊരാശ
ദോശതിന്നാനാശ
ആശതീർക്കാനമ്മ

ദോശ ചുട്ടു നല്കി
ദോശ നല്ല ദോശ!
ആശ തിന്നു ദോശ.

5. നല്ലോരാലിലയലയിലലഞ്ഞു
വലഞ്ഞു പല പല ദിശകളിലൂടെ.

6. പച്ചപ്പാടത്തൊരു പത്തുതത്ത
ഒത്തൊരുമിച്ചു പറന്നുവന്നു.

7. പരലുകളുരലിൽ
പലപലയളവിൽ.

8. ഓതറവളവിലൊരകവളവിൽ
പത്തിരുപത്തഞ്ചിളയുതളങ്ങ.

9. കല്ലെറിഞ്ഞു കലമുടഞ്ഞു
കലമുറക്കെ വിളിതുടങ്ങി.

10. തടിയുരുളും
തണ്ടുരുളും
തണ്ടിൻമേൽ ചെറു
കുരുമുളകുരുളും.

11. ചെറുപയറുരി പയറുപ്പേരി
മുറിയതിലുറിമേൽ വച്ചമ്മ
ഉറിയുടെ കയറു കടിച്ചു
മുറിച്ചൊരു
എലിയും കറിയും
കലവും കീഴെ
ഡിം ചപ്പള ചളപളെ.

12. ആന വരുന്നേ കൂട്ടത്തോടെ
കൂട്ടം തെറ്റിയ കുട്ടിയൊരാന
കൂനിക്കൂനി നടക്കുന്നേ.

13. കായും കാമ്പും കൂമ്പും ചേമ്പും
ചേനേം കൂടി കൂട്ടാൻ വച്ചാൽ
കായോ കാമ്പോ കൂമ്പോ ചേമ്പോ
ചേന്യോ നല്ലതു ചൊല്ലാനാമോ?

14. ചറപറ ചെറുപയറൊരുപറ
നിറയെ
ഉറിമേൽ വച്ചാലുറിയോ മറിയുക
പറയോ മറിയുക പയറോ മറിയുക
പറയുക പതറാതുഴറാതിനിയും.

15. കാകൃതി കരകൃതി കാക്കേ
നിന്നുടെ
കൂകൃതി കുരുകൃതി
കൂടെവിടെ?
മാകൃതി മരകൃതി
മാവിൻ കൊമ്പ-
ത്താകൃതിയപകൃതിയെൻകൂട്.

4

കുട്ടിപ്പാട്ടുകൾ

പാട്ട് ഇഷ്ടമില്ലാത്ത ആരെങ്കിലും കാണുമോ? ഇല്ല. സംഗീതം ഏതു രോഗത്തിനും പറ്റിയ മരുന്നാണ്. പാട്ടുകേട്ടാൽ എല്ലാ വേദനയും മറക്കും. പാടുക. ഉള്ളുതുറന്നു പാടുക. എല്ലാവർക്കും പാടാൻ കഴിയും. ശ്രമിക്കണമെന്നു മാത്രം. ജീവിതത്തിൽ ഒരുവട്ടമെങ്കിലും പാടാത്ത ആരുമുണ്ടാവില്ല.

നമുക്കും കുറേ പാട്ടുകൾ പഠിക്കാം. ഈ പാട്ടുകളിൽ നാടോടിപ്പാട്ടുകളുണ്ട്, മലയാളകവികളെഴുതിയ പാട്ടുകളുമുണ്ട്.

നാടോടിപ്പാട്ടുകൾ

1. കാരകാരപ്പഴം കസ്തൂരി മാമ്പഴം
   കൈകൊണ്ടു തൊട്ടാൽ പഴമ്പു
   ളിങ്ങ.

2. അമ്മുക്കുട്ട്യമ്മുക്കുട്ട്യാരെപ്പോലെ
   ഉമ്മത്തിൻ കാവിലെ പൂരം പോലെ.

3. അപ്പുക്കുട്ടാ തൊപ്പിക്കാരാ
   എപ്പക്കല്ല്യാണം?
   തവളക്കണ്ണൻ പാടം കൊയ്താ-
   ലപ്പക്കല്ല്യാണം.

4. വണ്ടി നല്ല വണ്ടി
   കാള രണ്ടും ഞൊണ്ടി
   വണ്ടിക്കാരൻ ചണ്ടി
   ചണ്ടി വെറും ചണ്ടി.

5. അച്ഛൻ കൊമ്പത്തേ
   അമ്മ വരമ്പത്തേ
   കള്ളൻ ചക്കേട്ടു
   കണ്ടാൽ മിണ്ടണ്ട
   കൊണ്ടോയ് തിന്നോട്ടെ.

6. ചക്കിപ്പരുന്തേ കീയോ കീയോ
   നീയെന്റെ മക്കളെ കീയോ കീയോ
   നേരം വെളുക്കട്ടെ കീയോ കീയോ
   ഞാൻ നിന്റെ മക്കളെ കീയോ
   കീയോ.

7. തപ്പോ തപ്പോ തപ്പാണീ
   തപ്പുകുടുക്കേലെന്തൊണ്ട്
   മുത്തശ്ശി തന്നൊരു മുത്തൊണ്ട്

മുത്തിനുമുങ്ങാൻ തേനൊണ്ട്
തേൻകുടിക്കാൻ വണ്ടൊണ്ട്
വണ്ടിനിരിക്കാൻ പൂവൊണ്ട്
പൂചൂടാനമ്മയൊണ്ട്
അമ്മയ്ക്കെടുക്കാൻ കുഞ്ഞൊണ്ട്

8. ആഴി തോഴീ കൈവീശ്
അപ്പം തിന്നാൻ കൈവീശ്
ആടയുടുക്കാൻ കൈവീശ്
അച്ഛനെടുക്കാൻ കൈവീശ്
അമ്മയെടുക്കാൻ കൈവീശ്
മുത്തം ചാർത്താൻ കൈവീശ്
അമ്മിഞ്ഞ കുടിക്കാൻ കൈവീശ്
പിച്ചനടക്കാൻ കൈവീശ്
പീപ്പിയെടുക്കാൻ കൈവീശ്
പപ്പടം തിന്നാൻ കൈവീശ്
അമ്മേടോമന കൈവീശി.

9. കറ്റക്കറ്റക്കയറിട്ടു
കയറാലഞ്ചു മടക്കിട്ടു
നെറ്റിപ്പട്ടം പൊട്ടിട്ടു
നേരേ വാതുക്കൽ നെയ്‌വച്ചു

ചെന്നു കുലുക്കി ചെന്നു
കുലുക്കി
ചന്തിരമാലപ്പൂകൊണ്ട്
പൂവേ പൊലി പൂവേ
പൊലി
പൂവേ പൊലി പൂവേ.

10. ഓണത്തപ്പാ കൊടവയറാ
എന്നാപോലും തിരുവോണം
നാളേയ്ക്കാണേ തിരുവോണം
നാക്കെലയിട്ടു വെളമ്പേണം

ഓണത്തപ്പാ മുത്തപ്പാ
തിരുവോണക്കറിയെ
ന്തെല്ലാം
ചേനത്തണ്ടും ചെറുപയറും
കാടും പടലുമെരിശ്ശേരി
വാഴയ്ക്കച്ചുണ്ടുപ്പേരി
മാമ്പഴമിട്ട പുളിശ്ശേരി.
(ഓണത്തപ്പാ)

കുട്ടിക്കവിതകൾ

1. കാക്കേ കാക്കേ കൂടെവിടെ?
കൂട്ടിനകത്തൊരു
കുഞ്ഞുണ്ടോ?
കുഞ്ഞിനു തീറ്റി
കൊടുക്കാഞ്ഞാൽ
കുഞ്ഞു കിടന്നു കരഞ്ഞീടും
കുഞ്ഞേ കുഞ്ഞേ നീ
തരുമോ
നിന്നുടെ കൈയിലെ
നെയ്യപ്പം
ഇല്ല തരില്ലീ നെയ്യപ്പം
അയ്യോ! കാക്കേ പറ്റിച്ചോ?

(ഉള്ളൂർ എസ് പരമേശ്വരയ്യർ)

2. വട്ടം വട്ടം വള വട്ടം
പപ്പട വട്ടം കുടവട്ടം
തേങ്ങാപ്പൂളിന്നരവട്ടം
അമ്പിളി മാമനു മുഴുവട്ടം.

(വിഷ്ണുനാരായണൻ നമ്പൂതിരി)

3. വാക്കു തിളങ്ങണമെന്നാകിലോ
നോക്കും നാക്കും നന്നാകണം
നോക്കു നന്നാകണമെന്നാകിലോ
കൂറുള്ള ചങ്ങാതി കൂടെവേണം
നാക്കുനന്നാകുവാനെന്നാളും ഗുരു-
നാഥൻ ഹൃദയത്തിലുണ്ടാകണം.

(ഏഴാച്ചേരി രാമചന്ദ്രൻ)

4. പൂമരക്കൊമ്പിലെ പൂങ്കുയിലേ
പുള്ളിയുടുപ്പിട്ട പൂങ്കുയിലേ
പാട്ടു പറിപ്പിക്കും കൂട്ടുകാരാ –
നിന്റെ
പാട്ടിന്റെ ചേലൊന്നു കേട്ടോട്ടെ.
(ബി സന്ധ്യ)

5. തത്തി നടക്കും തത്തേ വാ
പൊത്തിലുറങ്ങും തത്തേ വാ
പുത്തരികൊണ്ടു കുറുക്കല്
വച്ചത്
ഇത്തിരിയൊന്നു കഴിച്ചേ പോ.

(മടവൂർ കൃഷ്ണൻകുട്ടി)

6. തടിയും വടിയും അടിപിടി കൂടി
തടിയാ വടിയുടെ മേലേ
വീണു.
ചടപട ചടപട പൊലീസെത്തി
തടിയും വടിയും പടപട ഓടി.

(സപ്തപുരം അപ്പുക്കുട്ടൻ)

7. പൂ.... പൂ... പൂച്ചക്കുട്ടി
ക... ക.... കണ്ണും പൂട്ടി
പാ... പാ... പാലു കുടിച്ചു
ഡിം... ഡിം... തട്ടി മറിച്ചു.

8. ട്ടേ... ട്ടേ... തല്ലു കൊടുത്തു
മ്യൗ... മ്യൗ... ഓടിയൊളിച്ചു.

(വിഷ്ണുനാരായണൻ നമ്പൂതിരി)

9. വട്ടവട്ടപ്പാറയില് കുട്ടികളുടെ
കൂട്ടം
കുട്ടികളും കൂട്ടുകാരും പാട്ടു
പാടിക്കൂടി
ആട്ടമാടി പാട്ടുപാടി കുട്ടികൾ
കൂത്താടി
കേട്ടറിഞ്ഞ നാട്ടുകാരും
കുട്ടികളോടൊത്തു
വട്ടം കൂടി നന്നു തുള്ളി
കൊട്ടും പാട്ടും തന്നെ.

(വട്ടപ്പറമ്പിൽ)

10. ഒന്നൊരു പാവം പാവയ്ക്കാ
രണ്ടൊരു മണ്ടൻ വെണ്ടയ്ക്കാ
മൂന്നൊരു മുണ്ടൻ തക്കാളി
നാലൊരു നീണ്ട മുരിങ്ങയ്ക്കാ
അഞ്ചൊരു പിഞ്ചു കഴുത്തൻ കാ
ആറൊരു നല്ല മണിപ്പയറ്
ഏഴൊരു നീളൻ ഏത്തക്കാ
എട്ടൊരു മുട്ടൻ മുട്ടക്കോസ്
ഒമ്പതു വമ്പൻ കറിമുളക്
പത്തൊരു പുത്തൻ മത്തങ്ങ.
പുത്തൻ ചന്തക്കവലയി
ലേക്കവർ
ഒത്തൊരുമിച്ചു പുറപ്പെട്ടു.

(മടവൂർ കൃഷ്ണൻകുട്ടി)

11. ചിങ്ങം കന്നി തുലാമാസം
വിത്തുമുളച്ചു നാമ്പിട്ടു
വൃശ്ചികം ധനു തളിരിട്ടു
മകരം കുംഭം പൂവിട്ടു
മീനം മേടം കായ് കണ്ടു
എടവം മിഥുനം അരിമൂത്തു
കള്ളക്കർക്കടമെത്തുമ്പോൾ
പള്ള നിറച്ചും തിന്നോളൂ.

(വിഷ്ണുനാരായണൻ നമ്പൂതിരി)

12. കുഞ്ഞിപ്പൂച്ച കരഞ്ഞു മ്യാവൂ
തള്ളപ്പൂച്ചയടുത്തെത്തി
കുഞ്ഞിനു പാലു കൊടുത്തൂ
പൂച്ച
കുഞ്ഞിപ്പൂച്ച വിളയാടി.
കൂട്ടിനു വന്നൊരു
കുഞ്ഞെലിയും
കൂട്ടുകാരവർ കളിയായി
ഓടിച്ചാടിക്കളിയായി
ഒച്ചയെടുത്തവർ വിളിയായി.

തള്ളപ്പൂച്ച കലിയോടെ
ചാടിവീണു എലിയുടെ മേൽ
കുഞ്ഞിപ്പൂച്ചയിടയിൽച്ചാടി
കുഞ്ഞെലിയോടിയൊളിക്കുക
യായ്.

(വട്ടപ്പറമ്പിൽ)

5

അക്ഷരക്കളികൾ

കുഞ്ഞുങ്ങളേ,

കളികൾ നിങ്ങൾക്കിഷ്ടമല്ലേ? കളികൾ മനുഷ്യനെ 'നല്ല മനുഷ്യനാ'ക്കുന്നു. കളിയിലൂടെ കൂട്ടുചേരാനുള്ള മനസ്സുണ്ടാകുന്നു. ചിന്തിക്കാനുള്ള ശേഷി വളരുന്നു. ജയിക്കാനുള്ള ബുദ്ധി പ്രയോഗിക്കുന്നു. വലുപ്പച്ചെറുപ്പവും ജാതിമതചിന്തയും മറക്കുന്നു. അക്ഷരക്കളികളിലൂടെ അക്ഷരം ഉറയ്ക്കുന്നു. പദങ്ങൾ കണ്ടെത്തുന്നു. പ്രവർത്തിക്കാനുള്ള മനസ്സുണ്ടാകുന്നു. ഭാഷാപരമായ അറിവു വർദ്ധിക്കുന്നു.

ഏതാനും അക്ഷരക്കളികളുടെ മാതൃകകളാണ് തുടർന്നു നല്കുന്നത്. അദ്ധ്യാപകരുടെയോ, രക്ഷിതാക്കളുടെയോ സഹായം ഈ കളികളിൽ ഉണ്ടായാൽ നന്ന്. ക്ലാസുമുറികളിലും വീട്ടിലും ഇവ കളിക്കാം.

കളികളെ നിസ്സാരമായി കാണുന്നവരുണ്ട്. കളിയിലെ 'കാര്യം' കാണാത്തവരാണവർ. കുട്ടികളെ കളിക്കാൻ അനുവദിക്കുക; അതിനവരെ സഹായിക്കുക; അവർക്കൊപ്പം കളിക്കാൻ സമയം കണ്ടെത്തുക.

1. ഈ കളിയിൽ പത്തുകുട്ടികൾ പങ്കെടുക്കുന്നു. അദ്ധ്യാപകനോ രക്ഷിതാവോ നേതൃത്വം നല്കണം. കുട്ടികൾ വൃത്താകാരത്തിൽ ഇരിക്കട്ടെ. ആദ്യം ഒരു കുട്ടിയെക്കൊണ്ട് ഒന്ന് എന്ന് നമ്പരെടുപ്പിക്കണം. അപ്പോൾ എല്ലാ കുട്ടികളും ഒരേ താളത്തിൽ കൈയടിക്കണം. തുടർന്ന് അടുത്ത കുട്ടി രണ്ട് എന്നു പറയുന്നു. അതിനെത്തുടർന്ന് ഓരോ കുട്ടിയും മൂന്ന്, നാല്, അഞ്ച്, ആറ്, ഏഴ്, എട്ട്, ഒൻപത്, പത്ത് – എന്നിങ്ങനെ മലയാളത്തിൽത്തന്നെ നമ്പരുകൾ പറയുന്നു. ഓരോ കുട്ടി എണ്ണുമ്പോഴും കുട്ടികൾ താളത്തിൽ ഓരോ പ്രാവശ്യം കൈയടിക്കട്ടെ. എണ്ണം പറയുന്നതും തുടർന്നു പറയുന്നതുമെല്ലാം എല്ലാ കുട്ടികളും കേൾക്കെത്തന്നെയാകണം. എണ്ണം ഓരോരുത്തരും ഓർത്തുവയ്ക്കണം.

ഇനി ഒന്നാമത്തെ കുട്ടി 'അ'

എന്ന അക്ഷരം ആദ്യം വരുന്ന വാക്കു പറയണം. തുടർന്ന് ഒരു നമ്പർ അയാൾ പറയുന്നു. ആ നമ്പരുകാരൻ 'അ'യിൽ തുടങ്ങുന്ന മറ്റൊരു വാക്കും ഒരു നമ്പരും പറയുക. ഇത് ആവർത്തിക്കുന്നു. വാക്കു പറയാൻ കഴിയാത്തയാൾ കളിയിൽനിന്ന് പുറത്താകുന്നു. ഇതേ രീതിയിൽ ഏതക്ഷരത്തിലും തുടങ്ങുന്ന വാക്കുകൾ കണ്ടെത്താനുള്ള കളി നടത്താവുന്നതാണ്. ചില അക്ഷരങ്ങളിൽ തുടങ്ങുന്ന വാക്കുകൾ കണ്ടെത്താൻ കുട്ടികൾ ബുദ്ധിമുട്ടും. അപ്പോൾ അദ്ധ്യാപകന് അക്ഷരം മാറ്റിക്കൊടുക്കാൻ അവകാശമുണ്ട്. ആരെങ്കിലും പുറത്താവുമ്പോൾ മറ്റുള്ളവർ ഹ... ഹ... ഹ.. എന്നു താളത്തിൽ ചിരിച്ചോട്ടെ. ഉത്തരം പറയുമ്പോൾ ശരിയെങ്കിൽ ഈ ഗ്രന്ഥത്തിന്റെ തുടക്കത്തിലുള്ള ഏതെങ്കിലും താളത്തിൽ എല്ലാവരും കൈയടിക്കണം.

2. മുൻകളിയിൽ ഇരുത്തിയതുപോലെ കുട്ടികളെ വൃത്താകാരത്തിൽ ഇരുത്തി എണ്ണൽസംഖ്യകൾ പറയിച്ചശേഷം ഒന്നാം നമ്പരിൽനിന്നു കളി ആരംഭിക്കാം. ഈ കളിയിൽ ഒന്നാംനമ്പരുകാരൻ പറയുന്ന വാക്കിലെ അവസാന അക്ഷരത്തിൽ തുടങ്ങുന്ന വാക്ക് നിർദ്ദേശിക്കപ്പെടുന്ന കുട്ടി പറയണം. ഒന്നാം നമ്പരുകാരൻ പറഞ്ഞത് 'അക്ഷരം' എന്ന വാക്കാണെങ്കിൽ നിർദ്ദേശിക്കപ്പെടുന്ന കുട്ടി 'ര'യിൽ തുടങ്ങുന്ന വാക്കു പറയണം. ഉത്തരം പറയാൻ കഴിയാത്ത കുട്ടി കളിയിൽനിന്നു പുറത്താകും.

ഇത്തരം കളികളിൽ ആളിന്റെയോ, സ്ഥലത്തിന്റെയോ പേരുകൾ പറയാൻ പാടില്ല. പ്രവർത്തനങ്ങളൊക്കെ നേരത്തെ നല്കിയിട്ടുള്ളതുപോലെയോ മാറ്റിയോ നല്കാവുന്നതാണ്.

3. കുട്ടികളെ രണ്ടു സംഘമായി തിരിക്കുക. അതിനായി കുട്ടികളെ പൊക്കമെനുസരിച്ചു വരിയായി നിർത്തി ഒന്ന്, രണ്ട്, ഒന്ന്, രണ്ട് എന്നിങ്ങനെ നമ്പരുകൾ പറയിക്കുക. പറഞ്ഞ നമ്പരുകൾ ഓർത്തുവയ്ക്കാൻ തുടക്കത്തിൽത്തന്നെ പറയുക. നമ്പർ എടുത്തുതീർന്നശേഷം ഒന്ന് എന്നു നമ്പരെടുത്തവർ ഒരു സംഘമാകുന്നു. രണ്ട് എന്നു നമ്പരെടുത്തവർ രണ്ടാം സംഘമാകുന്നു. രണ്ടു സംഘത്തെയും വരിയായി അഭിമുഖമായി ഇരുത്തുക.

കളി നടത്തുന്നയാൾ ഒരു ബുക്കും പേനയും കരുതണം. സംഘങ്ങൾക്ക് പേരു നിർദ്ദേശിച്ച് കടലാസിൽ കുറിക്കണം. അദ്ധ്യാപകൻ ഒരു വാക്കു പറയണം. അതിലെ ഏതെങ്കിലും അക്ഷരം ചേർത്ത് ഒരു വാക്ക് പറയാൻ ഒരു സംഘത്തോടു പറയണം. നിശ്ചിത സമയത്തിനുള്ളിൽ പറഞ്ഞില്ലെങ്കിൽ രണ്ടാം സംഘത്തിന് അവസരം നല്കണം. പറയുന്നവാക്ക് അദ്ധ്യാപകൻ അതതുസംഘത്തിന്റെ പേരിന്റെ ചുവട്ടിൽ എഴുതണം. പറയുന്ന സംഘത്തിന് ഒരു മാർക്ക്. പറയാത്ത സംഘത്തിന് പൂജ്യം മാർക്ക്. ഒരു അവസരം മാത്രമേ ഒരു സംഘത്തിന് ഒരു പ്രാവശ്യം നല്കാവൂ. നിശ്ചിത സമയംകൊണ്ട് കളി അവസാനിക്കു

മ്പോൾ ഏറ്റവും കൂടുതൽ മാർക്ക് നേടിയ സംഘം വിജയിക്കും. ഉദാ:- അദ്ധ്യാപകൻ തുടങ്ങിയ വാക്ക് 'കവിത' - ക, വ, ത - ഈ അക്ഷരങ്ങളിൽ ഏതെങ്കിലും ഒന്ന് ആദ്യമോ, ഇടയ്ക്കോ, അവസാനമോ വരുന്ന വാക്ക് - കനകം, വനം, വനിത - ഒന്നാം സംഘം പറയണം. പേരുകളോ, സ്ഥലപ്പേരുകളോ പറയാൻ പാടില്ല.

4. മൂന്നാം കളിയിലേതുപോലെ കുട്ടികളെ രണ്ടു സംഘമായി തിരിച്ച് കടംകഥ മത്സരം നടത്തുന്നു, ഒന്നാംസംഘം ഒരു കടംകഥ ചോദിക്കുന്നു. രണ്ടാംസംഘം ഉത്തരം പറയുന്നു. ഉത്തരം പറഞ്ഞാൽ 1 മാർക്ക്. ഇല്ലെങ്കിൽ പൂജ്യം മാർക്ക്. ചോദ്യം ചോദിച്ച സംഘത്തിന് ഉത്തരം അറിയില്ലെങ്കിൽ മൈനസ് ഒരുമാർക്ക്.

കടംകഥ താളത്തിലേ ചൊല്ലാവൂ. ഉത്തരം പറയുകയല്ലാതെ കടംകഥ മുഴുമിപ്പിക്കാനും പറയാം.

ഉദാ: കാളകിടക്കും... ബാക്കി പറയുക. ഉത്തരമല്ല പറയേണ്ടത് 'കയറോടും' എന്നു പൂർത്തിയാക്കണം. ഇങ്ങനെയും ചോദ്യങ്ങളാകാം. ഒരു ചോദ്യം കഴിഞ്ഞശേഷം എല്ലാ കുട്ടികളെക്കൊണ്ടും ഒരുമിച്ച് താളത്തിൽ ചൊല്ലിച്ചശേഷമേ അടുത്ത ചോദ്യം ചോദിക്കാവൂ. ഓരോ സംഘത്തിനും നിശ്ചിത ചോദ്യങ്ങൾ ചോദിക്കാനുള്ള അവസരം തുല്യമായി നല്കണം.

ഈ കളിക്കുവേണ്ടി ഏതാനും കടംകഥകൾ ചുവടേ ചേർക്കുന്നു.

കടംകഥകൾ

1. അകമില്ലാത്തില പുറമില്ലാത്തില
ഞെട്ടില്ലാത്തില വട്ടത്തിൽ
- പപ്പടം.

2. കാലിന്മേലേ കണ്ണുള്ളവന്
വായിൽ തീരെ പല്ലില്ല
- കത്രിക.

3. മണമില്ലാപ്പൂചൂടിയ
പുകിലേറും മണവാളൻ
- പൂവൻകോഴി.

4. വഴിയുടെ വക്കിൽ തൂങ്ങും ഞാൻ
സുഖദുഃഖങ്ങൾ പേറും ഞാൻ
- തപാൽപ്പെട്ടി.

5. കുതിരയിലുണ്ട് മുതിരയിലുണ്ട്
കടലിലുമുണ്ടത് - എന്താണ്
- തിര.

6. എല്ലാവർക്കും വിളമ്പിക്കൊടുക്കും
എന്നാലൊന്നും തിന്നുകയില്ല
- തവി.

7. ആളൊരു കുള്ളൻ
നിലവിളി പാരം
- ശംഖ്.

8. കാട്ടിലെക്കുഞ്ഞു ഞാൻ
തൊട്ടാലുറങ്ങും
- തൊട്ടാൽവാടി.

9. മേലേ വീട്ടിലെ മുത്തശ്ശിയമ്മേടെ
പൊട്ടിച്ചിരിയും പേടിപ്പിക്കും.
- ഇടിമുഴക്കം.

10. മൂന്നക്ഷരമുള്ള വാക്കാണേ
മൂന്നിനുമുണ്ടേയനുസ്വാരം
ആരാണു ഞാനെന്നു ചൊല്ലാമോ?
- സംരംഭം.

11. കീഴടക്കാൻ പറ്റില്ലാർക്കും
ആ രാജ്യത്തിൻ പേർ പറയൂ
- മനോരാജ്യം.

12. നീലത്തടാകത്തിലാരോരുമില്ലാതെ
നില്ക്കാതെയോടുന്നു വെള്ളിത്തോണി

– ചന്ദ്രക്കല.

13. ഇലയില്ല പൂവില്ല
കായില്ലാക്കരിവള്ളി
– തലമുടി.

14. മക്കളൊക്കെ വെന്തുചത്തിട്ടും
പെറ്റതള്ളയ്ക്കു സങ്കടമില്ല
– തീപ്പെട്ടി.

15. ഓടിനടക്കും തീപ്പന്തം
ചൂടില്ലാത്തൊരു തീപ്പന്തം
– മിന്നാമിന്നി.

16. എല്ലാം തിന്നും എല്ലാം
ദഹിക്കും
വെള്ളം കുടിച്ചാൽ ചത്തു
പോകും
– തീയ്.

17. ഉരുട്ടാം പിരട്ടാം
എടുക്കാൻ പറ്റില്ല
– കണ്ണ്.

18. ഒറ്റക്കാലൻ രാജാവിന്ന്
ഓടാക്കുതിരകൾ രണ്ടെണ്ണം
– കുട.

19. അനേകമനേകം മതിൽ കെട്ടി
അതിനകത്തൊരു വെള്ളി വടി
– വാഴപ്പിണ്ടി.

20. തോലില്ലാ പഴമാണ്
കുരുവില്ലാ പഴമാണ്
തൊട്ടാൽ കൈനക്കിക്കും പഴ
മാണ്
– തീക്കട്ട

21. കാലില്ല കൈയില്ല തലയുമില്ല
വായില്ല തല്ലിയാൽ നിലവി
ളിക്കും
– ചെണ്ട.

22. കണ്ണോളം വെള്ളമുണ്ടെ
ന്നാലോ
മുങ്ങിക്കുളിക്കാൻ വെള്ളമില്ല
– കരിക്കിൻവെള്ളം.

23. രണ്ടു പെൺകുട്ടികൾ
സുന്ദരിക്കുട്ടികൾ
രണ്ടാളുമൊന്നിച്ചേ
കരയാറുള്ളൂ
– കണ്ണുകൾ.

24. കിണറ്റിലെ മുതലയ്ക്കെല്ലില്ലെ
ങ്കിലും
എന്തൊരഹമ്മതിയമ്മമ്മോ!
– നാവ്.

25. കാട്ടിലെയുർവശി കണ്ണെഴുതി
കണ്ടാലാർക്കും കൊതി
തോന്നും
– കുന്നിക്കുരു.

പഴഞ്ചൊൽക്കളി

കുട്ടികളെ വൃത്താകാരത്തിൽ നിർത്തുക. അദ്ധ്യാപകൻ വൃത്തത്തിനുള്ളിൽ നില്ക്കണം. കൈത്താളമിട്ടുകൊണ്ട് അദ്ദേഹം ഒരു പഴഞ്ചൊല്ല് താളത്തിൽ ചൊല്ലുക. ഒന്നോ രണ്ടോ തവണ അത് ആവർത്തിക്കുക. അതിനുശേഷം കുട്ടികളെക്കൊണ്ട് അതേ താളത്തിൽ ഒരേ ശബ്ദത്തിൽ ഒരേ ഈണത്തിൽ ചൊല്ലിക്കുക. തുടർന്ന് താളവും ശബ്ദവും കുറച്ചും കൂട്ടിയും പലതവണ ചൊല്ലിക്കുക, ഈണം മാറ്റിച്ചൊല്ലിക്കുക. കുട്ടികളെ വട്ടത്തിൽ നടത്തിച്ചുകൊണ്ടു ചൊല്ലിക്കുക, ചൊല്ലലിന്റെ വേഗത്തിനനുസരിച്ചു നടത്തിക്കുക, കൈകൾ കൊട്ടിക്കുക തുടങ്ങിയ പ്രവർത്തനങ്ങളും നടത്താം. പഴഞ്ചൊല്ലിന്റെ ഒരുഭാഗം അദ്ധ്യാപകൻ ശബ്ദം കുറച്ചു ചൊല്ലുക; കുട്ടികൾ ബാക്കിഭാഗം ഉറക്കെ ചൊല്ലുക. പല ഭാവശബ്ദത്തിൽ ചൊല്ലുക, ചൊല്ലിക്കുക, ഈണം പലതാക്കി ചൊല്ലിക്കുക എന്നിവ നടത്തി കളി ഉത്സാഹപൂർണ്ണമാക്കാനാകും.

താളപ്രധാനമായ ചില പഴഞ്ചൊല്ലുകൾ ചുവടെ നല്കുന്നു.

പഴഞ്ചൊല്ലുകൾ

1. അരിയെത്ര പയറഞ്ഞാഴി.
2. പയ്യെത്തിന്നാൽ പനയും തിന്നാം.
3. മൂക്കില്ലാ രാജ്യത്ത് മുറിമൂക്കൻ രാജാവ്.
4. ഇഷ്ടമില്ലാത്തച്ചി തൊട്ടതെല്ലാം കുറ്റം.
5. ഉടയനുടച്ചാൽ ഓട്ടിനും കൊള്ളാം.
6. കടന്നൽകൂട്ടിൽ കല്ലെറിയല്ലേ.
7. കടുവാക്കൂട്ടിൽ തലയിടരുതേ.
8. നേരേ വാ നേരേ പോ.
9. നാളെ നാളെ നീളെ നീളെ.
10. നക്കിത്തിന്നാൻ നല്ലുപ്പില്ല.
11. ചൊട്ടയിലെ ശീലം ചുടലവരെ.
12. ചക്കിനുവച്ചതു കൊക്കിനു കൊണ്ടു
13. ആറിയ കഞ്ഞി പഴങ്കഞ്ഞി.
14. അടക്കമില്ലാത്തത്ത അടുപ്പിൽ പോകും.
15. അണ്ണാൻ മൂത്താലും മരംകേറ്റം മറക്കുമോ?
16. ചക്കെന്നു പറയുമ്പോൾ കൊക്കെന്നു കേൾക്കും.
17. ആനകൊടുത്താലും ആശ കൊടുക്കരുത്.
18. ഈച്ചയ്ക്കും പൂച്ചയ്ക്കും അയിത്തമില്ല.
19. എലിയെ പേടിച്ച് ഇല്ലം ചുടല്ലേ.
20. കാക്ക കുളിച്ചാൽ കൊക്കാകുമോ.
21. കുരങ്ങിനെന്തിനു പൂമാല.
22. ഓണമുണ്ടവയറേ ചൂളം പാടിക്കിട.
23. മഴയൊന്നു പെയ്താൽ മരമേഴു പെയ്യും.
24. സമ്പത്തുകാലത്തു തൈ പത്തുവച്ചാൽ ആപത്തുകാലത്തു കാ പത്തുതിന്നാം.
25. മണ്ണറിഞ്ഞു വളം ചെയ്താൽ കിണ്ണം നിറയെ ചോറുണ്ണാം.

അക്ഷരച്ചിത്രക്കളി

ക്ലാസ്മുറിക്കുള്ളിലും വീട്ടിലും ഈ കളി നടത്താവുന്നതാണ്. അദ്ധ്യാപകൻ മലയാളത്തിലെ മുഴുവൻ അക്ഷരവും ബോർഡിൽ എഴുതി വ്യക്തമായി ഓരോ അക്ഷരവും വായിച്ച് കുട്ടികളെക്കൊണ്ട് സംഘമായി ചൊല്ലിക്കണം. തുടർന്ന് ഒരക്ഷരം വലുതായി എഴുതി എളുപ്പത്തിൽ അതിനെ ഒരു ചിത്രമാക്കണം. അതുപോലെ ഇഷ്ടമുള്ള അക്ഷരത്തെ ചിത്രമാക്കി മാറ്റാൻ കുട്ടികളോടു നിർദ്ദേശിക്കണം. വരയ്ക്കുന്ന ചിത്രങ്ങൾ നോക്കി കുട്ടികളുടെ കഴിവിനെ അഭിനന്ദിക്കാൻ മറക്കരുത്. വരച്ച ചിത്രങ്ങൾ വാങ്ങി ക്ലാസിൽ പ്രദർശിപ്പിക്കണം.

മാതൃക

7. അക്ഷരക്കളം

താഴെ കൊടുത്തിരിക്കുന്നതു പോലെയുള്ള അക്ഷരക്കളങ്ങൾ ബോർഡിൽ വരച്ചിടുക. കുട്ടികൾ അവരവരുടെ നോട്ടുബുക്കിൽ, ബോർഡിൽ നോക്കി കളങ്ങളിലുള്ള അക്ഷരങ്ങൾ മാത്രം ചേർത്ത് വാക്കുകൾ ഉണ്ടാക്കി എഴുതട്ടെ. കൂടുതൽ വാക്കെഴുതുന്നവർക്ക് സമ്മാനങ്ങൾ നല്കി പ്രോത്സാഹിപ്പിക്കുക.

ത	മ്മ	പ	വ
ണം	അ	ക	ര
മ	കീ	ആ	പാ
രം	ത്ത	തം	ഭാ
റ	ട	ള	നം

(തത്ത, തകര, തരം, തറ, തട, തവ, തടവറ, പരവ, പത, പണം, പക, പരം, പത, പറ, പട, പറവ, പത്തനം, പകരം, പതം, പതനം....)

ഈ രീതിയിൽ എത്ര വാക്കുകൾ ഉണ്ടാക്കാമെന്നു കണ്ടെത്തുക.

കീ	പാ	എ	വാ
ല	രം	ടം	കു
ട	ഇ	രു	ടി
തി	ഓ	ളം	ലി
നം	മ	കം	നാ

കു	ലം	വ	പ
ത്തം	രി	യ	ണം
ൽ	വ്	മു	രു
ണി	ര	ശ	ട
ഷ	എ	ഹ	ഏ

ഓ	അ	ധം	റു	ധു
ക	ഔ	ണ	രം	ണി
വെ	ര	ച്ച	പ്പ്	മ
ലി	ഏ	ക്ക്	ഉ	ലം
രു	ട	ണം	ഷ	ഒ

സ	പ	സം	ര	ഗീ
ല	ദ്ദ	ഹാ	ഇ	ചെ
ണ്ട	വ	തം	ടി	ത്യം
ഞ്ച	ളം	ട	ളി	മ
രം	തം	ല	ത	സാ

ആ	കേ	ഘം	ൽ	മ
ളം	രം	ന	മം	ർ
കാ	രു	ഒ	ട്	യാ
ല	ന്ദം	ക	മ്പ	മേ
സ	വീ	മ	ണ	ര

വരയിട്ടിരിക്കുന്ന ഭാഗത്ത് ശരിയായ അക്ഷരം ചേർത്ത് വാക്കുകൾ ഉണ്ടാക്കുക.

1. ക—വ—ടം ആ — ശം
ച — ണ തൊ—
ആ — ണം അമ—
— ര — എ — മ
ച — ൻ മാ — — ഷ
തി — — ണം മ — യാ—
സ — ദ്രം അ— —ൻ
ക — ണ സം — —
ക — ക്ക — കം ക — പ്പ്
മ — രം — ത്തരം
അ — ളി — മ— നെ — പ്പം
കൂ — ൻ അ — — ര
ഒ — മ.

2. ഓ — ന്നു ക — ക്കും
തി — വാ — — ശ്യം — —
ക — — ളി മി — ക്ക്
മോ — യം പ — യ —
യൗ — നം അ — പ — ൻ
മ — ഭാ — തം മോ — — യാ —
മ — രം ജ — നം
— ക്ഷരം മ — ന്ന്
പ — ക്കൂ — സ — ഷം
പാ — യ — ചെ — പ്പ്
അ — മ ല — തം — ല —ളം
ത — മു — അം — രം
വി — യം.

3. അ — ൻ അ — മ്മ
അ — ജ — ഭാ — തം
കേ — — വ — ത്തോ —
— ള്ളൂർ കു — — നാ — ൻ.
ചി — യോ — ഉ — കേ — ളം
ന — നി ര — മൂഴം
ഉ — യി — മാ — ഴം
പൂ — — ട്ട് പാ — ബാ —
വി — നം ഭാ — ത — ഴ
യ — ന നീ — കാ —
ക — — യം പ — ണി
വി — പ്പ് കു — വെ —
കാ — ണ്യം.

താഴെ കൊടുത്തിരിക്കുന്ന പദങ്ങളിലെ അക്ഷരങ്ങൾ ക്രമം തെറ്റിയവയാണ്. ഓരോന്നിലെയും അക്ഷരങ്ങൾ ക്രമത്തിൽ ചേർക്കുമ്പോൾ മാത്രമേ പദങ്ങൾ ഏതെന്നറിയാൻ കഴിയൂ. അക്ഷരങ്ങൾ ശരിയായി ചേർത്ത് അവയ്ക്കുള്ളിൽ ഒളിച്ചിരിക്കുന്ന പദങ്ങളെ കണ്ടെത്തുക.

അതലസ കിക്ക്ക്കുഴദി
ക്കബിറടഅൽ പതംഹ്യർവ്വസ
നപുവന്തരുരംതി നാളമട്യാല
റ്റളംഒത്താ നിതിപമ
ള്ളിൻതുതേ ഭ്യാവിസംദ്യാ
ളംലയാമ ടംള്ളിപക്കൂ
ത്തകുത്തഞ്ഞി ശുടാവ്ക്കിപ
ത്തിഅജനു രട്കേനാള
മാഅരലക്ഷ വള്ളൻറിഅവു
നസൂൻമദധു കംർടകക്ക

ക്കിറ്റകുളിഞ്ഞാ പ്പീൽമലിയി
ത്തില്ലകയിണ്ടെ ണസുമാപോയി കരു
ടിരുകതേണ രടൽത്തിമാകല
ലിലമാല്ലോക നസിംനംകക ഹാസ
ട്ടുപകേക്കുറിക ണംമാരായ
ഞ്ചച്ചരൻത്തെതുഴുത്ത
ന്ധിമത്മാഹാഗാ ഹാതംരഭാമ
ണ്ണിണ്ണികലു ഞ്ചാക്കുടിരുമ

രില്ല്കൊപ്പച്ച ടിങ്ങോട്ടോഅ
ല്ലാംപൊന്നുമിന്നന്നതെല്ല
ടിഠിപാക്കാംപ്പ മനകേആറാല

ച്ചംള്ളിവെവെളി ഗീധാസംതര
രിയാരംഅഹാ ഴിങ്ങാട്ടകോ
ക്കോടി
ദിനായനമു ളിളയാകേലമ
രമ്പ്മാക്കൊമ ക്കാകവൃറ്റ്ശ്ചി
ടിനമ്പാവാ പ്പൊമകുട്ട്ങ്കു
ക്ഷനക്കുത്രങ്ങഞ്ഞുൾ
രമാചങ്ങക്ക ഞ്ഞിവിക്കുരുകു
പ്പൊർവലിണ്ണമ മക്കപ്രചൻഥ
നഞ്ചോമകൾപി ശ്ശിമാമുവ്ത്ത
ലഅനമ്പടൽയി താണിഗതംമൃ
ട്ടെവന്മരന.

താഴെ ഏതാനും വാക്യങ്ങളിലെ വാക്കുകൾ സ്ഥാനം തെറ്റിച്ചു കൊടുത്തിരിക്കുന്നു. അവ ശരിയായി ചേർക്കുമ്പോൾ മാത്രമേ ശരിയായ വാക്യമാകൂ.

ആ വാക്യങ്ങൾ ശരിയായി എഴുതാൻ ശ്രമിക്കുക. പ്രയാസം തോന്നുന്നവ അറിവുള്ളവരുടെ സഹായത്തോടെ എഴുതുക. ഒരുദാഹരണം നോക്കുക.

മാതൃഭാഷ, എന്റെ, ആകുന്നു, മലയാളം.

വാക്യം – 1. മലയാളം എന്റെ മാതൃഭാഷ ആകുന്നു.

2. എന്റെ മാതൃഭാഷ മലയാളം ആകുന്നു.

1. കൊടുത്തു, അമ്മ, ആഹാരം, കുഞ്ഞിന്
2. ചൊല്ലിത്തന്നു, പാഠങ്ങൾ, എനിക്ക്, അച്ഛൻ.
3. പോയത് ഞാൻ നടന്നാണ്, പള്ളിക്കൂടത്തിൽ.
4. അമ്മയെ, മാതൃഭാഷയെയും, എന്നപോലെ, സ്നേഹിക്കണം, നാം.
5. ആണ്, നമ്മുടെ, മലയാളം, മാതൃഭാഷ.
6. ബഹുമാനിക്കണം, നാം, അച്ഛനെയും, എന്നും, അമ്മയെയും, ഗുരുക്കന്മാരെയും.
7. പഠിക്കുന്നതോടൊപ്പം, വേണം, കുട്ടികൾ, കളിക്കുകയും.
8. നല്ലതാണ്, ചിരി, ആരോഗ്യത്തിന്, നമ്മുടെ.
9. ഉറക്കെ, ശീലിക്കണം, വായിച്ചു, പാഠങ്ങൾ, കുട്ടികൾ.
10. മനുഷ്യനാകാനാണ്, പഠിപ്പിക്കേണ്ടത്, നല്ല, ആദ്യം, കുട്ടികളെ.
11. അറിവില്ലാതിരുന്നാൽ, മറ്റു, പഠിക്കാൻ, മാതൃഭാഷയിൽ, ഭാഷകൾ, പ്രയാസമായിരിക്കും.
12. കഥകൾ, വായിച്ചു, കുട്ടിക്കവിതകൾ, മുതിർന്നവർ, പഴഞ്ചൊല്ലുകൾ, താളത്തിൽ, കടംകഥകൾ, കുട്ടികളെ, എന്നിവ, കേൾപ്പിക്കണം.
13. രക്ഷിതാവിനു, വായിക്കുന്ന, മാത്രമേ വായിക്കാൻ, പ്രേരിപ്പിക്കാൻ, കുട്ടികളെ അർഹതയുള്ളൂ.
14. ജോലിയും, ചെയ്തു തീർക്കാൻ, പാലിച്ചേ തീരു, ഏതു, കൃത്യമായി, സമയനിഷ്ഠ.
15. തിരിച്ചു, വിലയേറിയ, സമയം, നഷ്ടപ്പെട്ടാൽ, ഒന്നാണ്, കിട്ടാത്ത.
16. വടിവൊപ്പിച്ച്, സഹായിക്കണം, എഴുതാൻ, കുട്ടികളെ, രക്ഷിതാക്കൾ

17. കൊടുത്താൽ, സ്നേഹം, മാത്രമേ, കിട്ടുകയുള്ളു സ്നേഹം, തിരിച്ചു
18. എല്ലാ, കരുണ, പ്രകൃതിയിലെ, നാം ജീവജാലങ്ങളോടും, കാണിക്കണം.
19. വളരുക, വായിച്ചു, വായിച്ചു
20. നാട്ടിലെ, ഗ്രന്ഥശാല, ഒരു, ആ, വെളിച്ചം, നാടിന്റെ, ആകുന്നു.

താഴെ കൊടുത്തിരിക്കുന്ന വാക്കുകൾ അതേ രൂപത്തിൽ ഉപയോഗിച്ച് അമ്മയെപ്പറ്റി അഞ്ചു വാക്യം എഴുതുക. ഒരിക്കൽ ഉപയോഗിച്ച പദരൂപം വീണ്ടും ഉപയോഗിക്കാൻ പാടില്ല.

ദൈവം — ഉമ്മ
എന്റെ — അമ്മയെ
നമ്മുടെ — അമ്മയാണ്
സ്നേഹിക്കുന്നു — എന്നും
നമ്മെ — സ്നേഹിക്കണം
അമ്മയെ — ഉള്ളു തുറന്നു
നാം — പകരാൻ
അമ്മയോളം — കാണപ്പെട്ട
സ്നേഹം — കഴിയൂ
അമ്മയ്ക്കേ — സ്നേഹിക്കാൻ
ആരെയും — സ്നേഹിക്കുന്നതിന്
എന്റെ — കഴിയാത്തവന്
കഴിയില്ല — അമ്മയ്ക്ക്
പ്രിയപ്പെട്ട — ഒരായിരം
അമ്മ.

താഴെ കൊടുത്തിരിക്കുന്ന പദങ്ങൾ ചേർത്ത് മലയാളത്തെക്കുറിച്ച് അഞ്ചു വാക്യം എഴുതുക. ഒരിക്കൽ ഉപയോഗിച്ച പദം വീണ്ടും ഉപയോഗിക്കാം. പദങ്ങളുടെ രൂപത്തിൽ മാറ്റം വരുത്താവുന്നതാണ്.

എന്റെ — എല്ലാവരും
ഞാൻ — നമ്മുടെ
മാതൃഭാഷ — മലയാളം
ആകുന്നു — ഇഷ്ടപ്പെടുക
സ്നേഹിക്കുക — എഴുത്തച്ഛൻ
പിതാവ് — അറിയപ്പെടുക
ഭാഷ — ദ്രാവിഡഗോത്രം
പെട്ടത് — ശ്രേഷ്ഠഭാഷ
അംഗീകരിക്കുക.

13. പദകേളി

താഴെ കൊടുത്തിരിക്കുന്ന കള്ളി (കോളം)കളിൽ ചിലതിൽ അക്ഷരങ്ങളുണ്ട്. ചിലത് ശൂന്യമാണ്. ശൂന്യമായ കള്ളികളിൽ ചുവടേയുള്ള നിർദ്ദേശങ്ങളനുസരിച്ച്, അക്ഷരങ്ങൾ ചേർത്ത് പദങ്ങളുണ്ടാക്കുക.

1.

ക^{1}	—^{5}	ണാ	—^{2}	യം
—^{3}	ധി	—	യം	—^{7}
ണാ	—	X	—	ണാ
—^{4}	യം	—	ധി	—^{10}
യം	—^{9}	ണാ	—^{8}	ക^{6}

വലത്തോട്ട് –
1. ദയയുടെ വീട് (5 അക്ഷരം)
2. സംഗീതത്തിലെ ഒരു ഘടകം (2)
3. രക്തം എന്നർത്ഥം (3)
4. സംഗീതത്തിലെ ഒരു ഘടകം (2)

താഴോട്ട് –
1. ദയയുടെ വീട് (5)
4. സംഗീതത്തിലെ ഒരു ഘടകം (2)
2. ,, ,,
5. രക്തം എന്നർത്ഥം (5)

മുകളിലോട്ട് –
6. ദയയുടെ വീട് (5)
7,9. സംഗീതത്തിലെ ഒരു ഘടകം (2)
8. രക്തം എന്നർത്ഥം (3)

ഇടത്തോട്ട് –
6. ദയയുടെ വീട് (5)
7,9. സംഗീതത്തിലെ ഒരു ഘടകം(2)
10. രക്തം എന്നർത്ഥം (5)

( ) ബ്രായ്ക്കറ്റിനകത്തുള്ള അക്കം വാക്കുകളിലെ അക്ഷരങ്ങളെ സൂചിപ്പിക്കുന്നു.

2.

അ[1]	—	—[9]	രാ	ണം
—	—[2]	നം	╳	ഇ[7]
ര	രു	—[3]	കേ[6]	—
—[4]	ഭൂ	—	—	ലേ
ത്ത്	—[5]	ത്രം	രേ[8]	—

വലത്തോട്ട് –
1 – ഒരു പുരാണം (5)
2 – മനസ്സ് എന്നർത്ഥം (2)
3 – പൂർണ്ണചന്ദ്രൻ (3)
4 – ആഭരണം എന്നർത്ഥം (3)
5 – സ്നേഹിതൻ (2)
8 – വരയ്ക്കുന്നത്.

കീഴോട്ട്
1 – എം ടിയുടെ ഒരുകൃതി (4)
2 – ഒ. എൻ. വി.യുടെ കൃതി (4)
4 – ചെടിയുടെ മുളയ്ക്കുന്ന ഭാഗം (2)
9 – പൊത്ത് എന്നർത്ഥം (2)
7 – ഒരു നോവൽ (4)
6 – ഒരു വൃക്ഷം (2)

3.

—[1]	—[8]	ണ	—[2]	ചം
ഥ	ചി	—[3]	വി[12]	—[10]
—[4]	പ[11]	ട	—[5]	ല
ളി	—	—	—[9]	—
—[6]	ഹം	—[7]	വം	ളം

വലത്തോട്ട്–

1. കുമാരനാശാന്റെ ഒരു കൃതി (3)
2. തലമുടി (2)
3. കവിയുടെ സൃഷ്ടി (3)
4. ഇത് ആർക്കും പാടില്ല (4)
5. ഉത്തമാംഗം (2)
6. ഇതു കൂടിയാൽ ആപത്ത് (4)
7. ഒരു അഭിനയരീതി (2)

കീഴോട്ട്–

1. ലോകോത്തര കേരളീയ കല (4)
2. കവിയുടെ സൃഷ്ടി (3)
3. ചുമതല എന്നർത്ഥം (3)
4. കുട്ടികൾ ഇഷ്ടപ്പെടുന്നു (2)
8. ആഹാരത്തിനു വേണ്ട ഗുണം (2)
12. പാടത്ത് കൃഷിക്കുള്ള ഒരു പ്രവൃത്തി (2)

11. പെരുമ്പറ എന്നർത്ഥം (3)
9. ശബ്ദം എന്നർത്ഥം (2)
10. ഒരു ദേശാഭിമാനിയുടെ ജന്മ സ്ഥലം (4)

4.

ന[1]	—[8]	—[3]	ലി	—[8]
—	ന	വേ[2]	—	ളി
ൻ	മാ	—	മാ[9]	—
—[4]	—	പ്പീ	—	ഴി
—[5]	ഭ	ക[6]	—	വ്

വലത്തോട്ട്–

1. ഒരു പുഷ്പം (5)
2. ഒരു കലാരൂപം (2)
3. ഒരു സാഹിത്യകാരന്റെ തൂലികാ നാമം (2)
4. ജി ശങ്കരക്കുറുപ്പിന്റെ ഒരു കൃതി (4)
5. വാഴ എന്നും അർത്ഥമുണ്ട് (2)
6. ആരും ഇതു ചെയ്യരുത് (3)

കീഴോട്ട്–

1. മനുഷ്യൻ എന്നർത്ഥം (3)
4. തീരം (2)
8. കുമാരനാശാന്റെ കൃതി (4)
3. ഓണവുമായി ബന്ധമുള്ള പേര് (3)
9. ഒരു സമൂഹം അറിയപ്പെടുന്ന പേര് (3)
8. ചങ്ങമ്പുഴയുടെ നോവൽ (4)

5.

മ[1]	—	ര[10]	╳	അ[2]	—[11]
—[3]	വ[9]	—	╳	—[5]	ഘു
യാ[4]	—	ത[7]	—	ണ	—
—	ഭാ[6]	—	തം	—[8]	രം

വലത്തോട്ട്–
1. ഒരു സ്ഥലം (3)
2. തിര (2)
3. ഉപ്പ് (3)
4. യാത്ര എന്ന് അർത്ഥം (2)
6. നമ്മുടെ രാജ്യം (3)
5. ശ്രീരാമന്റെ വംശം (2)
8. കൈ (2)
7. പ്രാവശ്യം (3)

കീഴോട്ട്

1. നമ്മുടെ മാതൃഭാഷ (4)
2. ഒരു ഇഴജന്തു (3)
10. യുദ്ധം (2)
9. കാട് (2)
11. എളുപ്പം കൂടിയത് (4)

6.

അ[1]	—	മാ[7]	—[8]	╳	പ[9]
—[2]	ണ	—	—[5]	രു	—
രം[3]	—	╳	ൻ	—[6]	വ്
╳	പ[4]	—	രാ	—	╳

വലത്തോട്ട്

1. തിരമാല (4)
2. കൊല (3)
3. ഒരു അപ്സരസ്സ് (2)
4. ഒരു രത്നം (4)
5. അനുവാദം (3)
6. രാത്രി (2)

കീഴോട്ട്–

1. നാശമില്ലാത്തത് (3)
7. ആകാശം (2)
8. സീതയുടെ പുത്രൻ (3)
6. ഊണം (2)
9. സ്ഥിരമായുള്ളത് (3)

6

അക്ഷരപ്പാട്ടുകൾ

അക്ഷരങ്ങൾ ആവർത്തിച്ചു വരുന്ന പദങ്ങളുള്ള പാട്ടുകളാണ് ഇനി നല്കുന്നത്. ആവർത്തിച്ചു വരുന്ന അക്ഷരങ്ങളും അവ ചേർന്ന പദങ്ങളും കണ്ടെത്തി വ്യക്തമായി പറഞ്ഞും വൃത്തിയായി എഴുതിയും പഠിക്കുക. ഈ പാട്ടുകൾ താളത്തിലും ഈണത്തിലും ചൊല്ലാൻ മുതിർന്നവർ കുട്ടികളെ സഹായിക്കുക.

1. അ

അന്തിക്കു മാനം ചുവപ്പണിഞ്ഞു
അമ്പിളി മാമലത്തുമ്പിലെത്തി
അന്തിവിളക്കു കൊളുത്തി അമ്മ
അരികിലണച്ചമ്മയുമ്മ വച്ചു
അച്ഛനൊരായിരം നന്മ നേർന്നു
അണ്ണൻ അരുമയോടെ തലോടി
അന്നെന്റെ ജന്മനാളായിരുന്നു
അന്നെൻ അയൽക്കാർ വിരുന്നു വന്നു
അഞ്ചുവർഷത്തിന്നു മുമ്പൊരിക്കൽ
അശ്വതി നാളിലായ് ഞാൻ പിറന്നു.
അമ്മയുമച്ഛനും വേണ്ടുവോളം
അറിവുപകർന്നെന്നെയോമനിച്ചു.

'അ' എന്ന അക്ഷരം ചേർന്ന വാക്കുകൾ:

അന്തി, അമ്പിളി, അമ്മ, അരികിൽ, അച്ഛൻ, അണ്ണൻ, അരുമ, അന്ന്, അയല്ക്കാർ, അഞ്ചുവർഷം, അശ്വതി, അറിവ്.

2. ആ

ആകാശത്തിലെ അമ്പിളിമാമനെ
ആശയൊടെന്നും കാണുമ്പോൾ
ആരോ ചെവിയിൽ മന്ത്രിക്കുന്നു
ആനയ്ക്കൊപ്പം ആശിക്കാൻ.

ആകാശം, ആശ, ആരോ, ആന.

3. ഇ

ഇലകൾക്കെല്ലാം പച്ചനിറം,
ഇമകൾ നല്ല കറുപ്പാണേ.

ഇരവും നല്ല കറുപ്പാണേ
ഇരുട്ടു മാറ്റും ദീപങ്ങൾ.

ഇല, ഇമ, ഇരവ്, ഇരുട്ട്.

4. ഈ

ഈറക്കുഴലിലെ പാട്ടുകേട്ടോ
ഈണത്തിലുള്ളൊരു പാട്ടുകേട്ടോ
ഈച്ച പറക്കുന്നയൊച്ചപോലും
ഈരടിപ്പാട്ടിലലിഞ്ഞുപോയി.

ഈറ, ഈണം, ഈച്ച, ഈരടി.

5. ഉ

ഉച്ചനേരമായി കുഞ്ഞേ
ഉറക്കം നീ മതിയാക്കൂ
ഉണരൂ നീ വേഗമെത്തൂ
ഉറിയിൽ പാൽകാത്തിരിപ്പൂ.

ഉച്ചനേരം, ഉറക്കം, ഉണരൂ, ഉറി.

6. ഊ

ഊഞ്ഞാൽപ്പാട്ടുകൾ പാടീടാൻ
ഊരുകളൊക്കെ ഉണരട്ടേ
ഊണിനുനേരം എത്താറായ്
ഊക്കോടൂഞ്ഞാലാടീടിൻ.

ഊഞ്ഞാൽ, ഊരുകൾ, ഊണിന്, ഊക്ക്.

7. എ

എനിക്കെന്തു തരുമമ്മേ
എള്ളുണ്ട തരാം കുഞ്ഞേ
എണ്ണമെത്ര തരുമമ്മേ
എട്ടെണ്ണം തരാം കുഞ്ഞേ.

എനിക്ക്, എന്ത്, എള്ളുണ്ട, എണ്ണം, എട്ടെണ്ണം.

8. ഏ

ഏലത്തരിയിട്ട വെള്ളം കൊള്ളാം
ഏത്തയ്ക്കായുപ്പേരി ഏറെ
കൊള്ളാം
ഏറ്റം കുടിക്കേണം നല്ലവെള്ളം
ഏട്ടനും ഞാനുമൊപ്പം കുടിക്കാം.

ഏലം, ഏത്തയ്ക്കായ്, ഏറെ, ഏറ്റം, ഏട്ടൻ.

9. ഐ

ഐക്യം നമുക്കൊരു നേട്ടമാകും
ഐകമത്യം ബലം കേട്ടിട്ടില്ലേ?
ഐതിഹ്യകഥകളിൽ വായിച്ചില്ലേ?
ഐശ്വര്യമുണ്ടാക്കുമൈക്യമെന്നും.

ഐക്യം ഐകമത്യം ഐതിഹ്യം ഐശ്വര്യം.

10. ഒ

ഒച്ചയിൽ മാത്രം പറഞ്ഞിടേണം
ഒരുമയിൽ വാഴാൻ മനസ്സുവേണം
ഒന്നിലും പിടിവാശി കാട്ടരുതേ
ഒളിമിന്നും ജീവിതം മോദമാക്കൂ.

ഒച്ച, ഒരുമ, ഒന്ന്, ഒളി.

11. ഓ

ഓണം വന്നു, ഓളം വെട്ടി
ഓർമ്മയിൽ നല്ലൊരു പൊന്നോണം
ഓണപ്പൂക്കൾ ചിരിതൂകി
ഓണത്തുമ്പികൾ വരവായി
ഓണക്കോടിയുടുക്കേണം
ഓലപ്പന്തു കളിക്കേണം.

ഓണം, ഓളം, ഓർമ്മ, ഓണപ്പൂക്കൾ, ഓണത്തുമ്പി, ഓണക്കോടി, ഓലപ്പന്ത്.

12. ഔ

ഔഷധം രോഗം കുറയ്ക്കുമെ
ന്നാൽ
ഔചിത്യമോടെ കഴിച്ചിടേണം
ഔദ്യോഗികമായിയാചാര്യന്മാർ
ഔഷധം രോഗിക്കുനല്കിടേണം.

ഔഷധം, ഔചിത്യം, ഔദ്യോഗികം.

13. ക

കടലിൽനിന്നു കക്ക വാരി
കരയിലിട്ടു കണ്ണപ്പൻ
കക്ക നീറ്റി നൂറെടുത്തു
കടയിൽ വിറ്റു കല്യാണി.

കടൽ, കക്ക, കര, കട, കണ്ണപ്പൻ, കല്യാണി.

14. കാ

കാക്ക കടൽ കടക്കാൻ പറന്നു
കളിയാക്കി കാട ചിരിതുടങ്ങി.
കാലൻ കഴുകൻ പറന്നുവന്നു
കാക്ക കരഞ്ഞുടൻ കാ കാ കാ കാ.

കാക്ക, കാട, കാലൻ.
ക – കടൽ, കടക്കാൻ, കളി, കഴു കൻ, കരഞ്ഞു.

15. ച

ചക്കപ്പഴം തിന്നു
ചക്കക്കുരു ചുട്ടു
ചന്തമുള്ള ചക്കി
ചന്തയിൽ കൊടുത്തു.

ചക്കപ്പഴം, ചക്കക്കുരു, ചന്തം, ചക്കി, ചന്ത.

16. ത

തത്തിക്കളിക്കുന്ന തത്തമ്മേ
തഞ്ചത്തിൽ നീയൊരു പാട്ടുപാടൂ
തക്കിട തരികിട താളമിട്ടു
തക്കത്തിലൊപ്പത്തിൽ ഞാനും
കൂടാം.

തത്തി, തത്തമ്മ, തഞ്ചം, തക്കിട, തരികിട, തക്കം.

17. പ

പച്ചപ്പനംതത്തേ പാട്ടുപാടൂ
പഞ്ചാരപാൽ പഴം നല്കാം ഞാൻ
പട്ടുകുപ്പായം ഞാൻ തുന്നിത്തരാം
പഞ്ചാമൃതം നല്കി നിന്നെയൂട്ടാം.

പച്ച, പനന്തത്ത, പഞ്ചാര, പഴം, പട്ടുകുപ്പായം, പഞ്ചാമൃതം.
പാ – പാട്ട്, പാടൂ, പാൽ.

18. മ

മലമേലേയെത്തിനോക്കി
മതിമാനമ്പിളി മാമൻ
മഹിയിൽ പാൽച്ചിരിതൂകി
മനുജർക്കു കുളിരേകി

മല, മതിമാൻ, മാമൻ, മഹി, മനു ജർ.

19. വ

വട്ട വട്ടപ്പാറയിലേ
വട്ടം കൂടി കുട്ടികൾ
വല കെട്ടിക്കളി തുടങ്ങി
വന്നുകൂടി വീട്ടുകാർ
വർത്തമാനം നാടറിഞ്ഞു
വലിയ ജനക്കൂട്ടമായ്
വന്നുചേർന്ന നാട്ടുകാരെ
വലയിലാക്കി കുട്ടികൾ.

വട്ടപ്പാറ, വട്ടം, വല, വന്നുകൂടി, വർത്തമാനം, വലിയ.

20. സ

സരിഗമ പാടി സരസ്വതി
സംഗീതത്തിൻ മധുരിമയായ്
സദസ്സു മുഴുവൻ കാതോർത്തു
സന്തോഷത്താൽ സഭയിളകി.

സത്യം ശാന്തി സമാധാനം
സാഹോദര്യവും സഹനവുമായ്
സമത്വമോടെ കഴിയാനായ്
സംഗീതം താനൗഷധം.

സരസ്വതി, സംഗീതം, സദസ്സ്, സന്തോഷം, സഭ, സത്യം, സമാധാനം, സാഹോദര്യം, സമത്വം.

പകരം വാക്കു കണ്ടെത്താമോ?

താഴെ കുറേ വാക്കുകൾ തന്നിട്ടുണ്ട്. ബ്രായ്ക്കറ്റിനുള്ളിൽ അവ ഓരോന്നിനും തുല്യമായ പദങ്ങളും കൊടുത്തിട്ടുണ്ട്. ഓരോ പദത്തിനും തുല്യമായ പദം ബ്രായ്ക്കറ്റിൽനിന്ന് തെരഞ്ഞെടുത്തെഴുതുക. ഇത് ക്ലാസ്മുറിയിലെ ഒരു പദകേളിയായി രൂപപ്പെടുത്താവുന്നതാണ്. നിശ്ചിത സമയത്തിനുള്ളിൽ ഏറ്റവും കൂടുതൽ ശരിയുത്തരം എഴുതുന്നവർക്ക് സമ്മാനവും നല്കണം. പത്തു വാക്കിൽ കൂടുതൽ ഒരു തവണ നല്കരുത്.

കണ്ണ്	കാത്	മൂക്ക്
നാക്ക്	തൊലി	ആകാശം
ചന്ദ്രൻ	നക്ഷത്രം	അമ്മ
അച്ഛൻ	ശരീരം	കൈ
വൃക്ഷം	വെള്ളം	താമര
പൂവ്	സ്നേഹം	ദയ
വാക്ക്	കാക്ക	കോഴി
പശു	ആട്	ആഹാരം
	വീട്.	

(പദം, ജലം, കരം, കൂറ്, താരം, കമലം, കാകൻ, ഭക്ഷണം, നേത്രം, രസന, കുക്കുടം, കാരുണ്യം, ഗൃഹം, ധേനു, സുമം, മേഷം, ചെവി, പിതാവ്, നാസിക, മാതാവ്, ത്വക്ക്, മാനം, പാദപം, ഇന്ദു, മേനി.)

എതിർലിംഗപ്പാട്ട്

താഴെ കൊടുത്തിരിക്കുന്ന പാട്ട് ഈണത്തിലും താളത്തിലും പാടിപ്പഠിക്കുക. പുരുഷനെക്കുറിക്കുന്ന പദങ്ങളും സ്ത്രീയെക്കുറിക്കുന്ന പദങ്ങളും ഈ പാട്ടിലുണ്ട്. ഇവ രണ്ടും പരസ്പരം എതിർലിംഗങ്ങളാണ്. പുല്ലിംഗവും സ്ത്രീലിംഗവും.

അമ്മയ്ക്ക് അച്ഛൻ എതിർലിംഗം
മാതാവിനെങ്കിൽ പിതാവുചൊല്ലാം
സോദരി സോദരനാണോർക്കുക
അപ്പൂപ്പനമ്മൂമ്മയാണറിക.
പണ്ഡിതൻ പണ്ഡിതയെന്നാണല്ലോ
ബാലകൻ ബാലിക, ബാലയുമാം
യുവതിക്കു ചേർന്ന യുവാവാണത്രേ
വൃദ്ധനു വൃദ്ധയെന്നേ പറയൂ.
കേമന് കേമത്തി തന്നെയാണേ
മൂകന് മൂകയാണോർത്തിടേണം.
നായകൻ നായികയാണറിക
ഗായകൻ ഗായികയാണു കേട്ടോ.
കർത്താവുകർത്ത്രിയറിഞ്ഞീടേണം

നേതാവാണെങ്കിലോ നേത്രിതന്നെ
ഭർത്താവിനാണെങ്കിൽ ഭാര്യതന്നെ
പതിയെന്നും പത്നിയെന്നും
പറയാം
ഉത്തമനുത്തമതന്നെയാവാം
പൗരനു പൗരിയെന്നും പറയാം
ലേഖകൻ ലേഖികയാണുകേട്ടോ
കള്ളനാണെങ്കിലോ കള്ളിതന്നെ.
വിദ്വാൻ വിദുഷിയറിക നിങ്ങൾ
സന്ന്യാസിയെങ്കിലോ സന്ന്യാസിനി
മുത്തച്ഛനു ചേർന്ന മുത്തശ്ശിയും
ഈശ്വരനാണെങ്കിൽ ഈശ്വരിയും
എതിർലിംഗമിങ്ങനെയാണറിക
എല്ലാം മനസ്സിൽ കരുതിവയ്ക്ക.

പുല്ലിംഗം	**സ്ത്രീലിംഗം**
അച്ഛൻ	അമ്മ
പിതാവ്	മാതാവ്
സോദരൻ	സോദരി
അപ്പൂപ്പൻ	അമ്മൂമ്മ
പണ്ഡിതൻ	പണ്ഡിത
ബാലകൻ	ബാലിക, ബാല
യുവാവ്	യുവതി
വൃദ്ധൻ	വൃദ്ധ
കേമൻ	കേമത്തി
മൂകൻ	മൂക
നായകൻ	നായിക
ഗായകൻ	ഗായിക
കർത്താവ്	കർത്ത്രി
നേതാവ്	നേത്രി
ഭർത്താവ്	ഭാര്യ
പതി	പത്നി
ഉത്തമൻ	ഉത്തമ
പൗരൻ	പൗരി
ലേഖകൻ	ലേഖിക
കള്ളൻ	കള്ളി
വിദ്വാൻ	വിദുഷി
സന്ന്യാസി	സന്ന്യാസിനി
ഈശ്വരൻ	ഈശ്വരി
മുത്തച്ഛൻ	മുത്തശ്ശി.

വിപരീതപദകേളി

ഒരു സംഘം കുട്ടികളെ തുല്യ എണ്ണത്തിൽ രണ്ടു സംഘമാക്കുക. അവർക്ക് ഏതെങ്കിലും പദത്തിന്റെ വിപരീതപദങ്ങൾ പേരായി നല്കുക. ബോർഡിൽ പത്തു പദങ്ങൾ എഴുതുക. അവയുടെ വിപരീത പദങ്ങൾ ക്രമം തെറ്റിച്ച് താഴെ എഴുതുക. രണ്ടു സംഘത്തോടും വിപരീതപദങ്ങൾ കണ്ടെത്താൻ ആവശ്യപ്പെടുക. ജയിക്കുന്ന സംഘത്തെ അനുമോദിക്കുക.

(ഒരു വാക്കിന്റെ വിപരീതാർത്ഥം വരുന്ന മറ്റൊരു വാക്കാണ് വിപരീതപദമെന്ന ധാരണ കുട്ടികൾക്കു നല്കണം).

താഴെ വാക്കുകളും ബ്രായ്ക്കറ്റിൽ അവയുടെ വിപരീതപദം ക്രമം തെറ്റിച്ചും തുടർന്ന് ശരിയായും നല്കിയിരിക്കുന്നതുനോക്കി കുട്ടികൾക്ക് പഠിക്കാവുന്നതാണ്.

അകം	സുകൃതം
അത്താഴം	അനുകൂലം
അനുഗ്രഹം	അമരം
മാനം	ആപത്ത്
ഇണക്കം	ഉത്തമം
ഉപകാരം	ഉഷ്ണം
ഏറ്റം	തല
കുബേരൻ	അക്ഷരം
ഗുണം	ദൂരെ
ചെറുത്	ജനനം
നന്മ	തുടക്കം
സുഖം	ദുഷ്ടൻ

സല്കീർത്തി	വന്ദനം
നെടുകെ	ന്യായം
രഹസ്യം	പുതുമ
മുൻഗാമി	മുന്നിൽ
സന്തോഷം	സരസം
സ്വാതന്ത്ര്യം	സ്വാശ്രയം
ഗ്രാമം	ആദ്യം
ഇഷ്ടം	ഓർമ്മ

[അപമാനം	അപകാരം	ശീതം
സമ്പത്ത്	പുറം	തിന്മ
നഗരം	ഇറക്കം	കട
കുചേലൻ	നിഗ്രഹം	മുത്താഴം
അകൃതം	അധമം	ക്ഷരം
വലുത്	ശിഷ്ടൻ	പ്രതികൂലം
അണിയം	പിണക്കം	ചാരെ
മരണം	അനിഷ്ടം	ദോഷം
ഒടുക്കം	ദുഷ്കീർത്തി	കുറുകെ
പരസ്യം	മറവി	ദുഃഖം
നിന്ദനം	പഴമ	പിന്നിൽ
വിരസം	അന്തം	അന്യായം
പിൻഗാമി	സന്താപം	പരാശ്രയം
പാരതന്ത്ര്യം]		

അകം	X	പുറം
സുകൃതം	X	അകൃതം
അത്താഴം	X	മുത്താഴം
അനുകൂലം	X	പ്രതികൂലം
അനുഗ്രഹം	X	നിഗ്രഹം
അമരം	X	അണിയം
മാനം	X	അപമാനം
ആപത്ത്	X	സമ്പത്ത്
ഇണക്കം	X	പിണക്കം
ഉത്തമം	X	അധമം
ഉപകാരം	X	അപകാരം
ഉഷ്ണം	X	ശീതം
ഏറ്റം	X	ഇറക്കം
തല	X	കട
കുബേരൻ	X	കുചേലൻ
അക്ഷരം	X	ക്ഷരം
ഗുണം	X	ദോഷം
ദൂരെ	X	ചാരെ
ചെറുത്	X	വലുത്
ജനനം	X	മരണം
നന്മ	X	തിന്മ
തുടക്കം	X	ഒടുക്കം
സുഖം	X	ദുഃഖം
ദുഷ്ടൻ	X	ശിഷ്ടൻ
സല്കീർത്തി	X	ദുഷ്കീർത്തി
വന്ദനം	X	നിന്ദനം
നെടുകെ	X	കുറുകെ
ന്യായം	X	അന്യായം
രഹസ്യം	X	പരസ്യം
പുതുമ	X	പഴമ
മുൻഗാമി	X	പിൻഗാമി
മുന്നിൽ	X	പിന്നിൽ
സന്തോഷം	X	സന്താപം
സരസം	X	വിരസം
സ്വാതന്ത്ര്യം	X	പാരതന്ത്ര്യം
സ്വാശ്രയം	X	പരാശ്രയം
ഗ്രാമം	X	നഗരം
ആദ്യം	X	അന്തം
ഇഷ്ടം	X	അനിഷ്ടം
ഓർമ്മ	X	മറവി

7

ഇനി അല്പം കളിക്കാം

ഏതാനും കളികൾ ചുവടേ ചേർക്കുന്നു. ഈ കളികളിലൂടെ കുട്ടികളുടെ പദബോധം, സംസാരശേഷി, ഓർമ്മശക്തി, വിവേചനശക്തി, സംഘബോധം, താളബോധം എന്നിവ പുഷ്ടിപ്പെടുമെന്നുറപ്പുണ്ട്. മുതിർന്നവരുടെ സഹായം ഈ കളികൾക്ക് ആവശ്യമാണ്.

1) പത്തോ പതിനഞ്ചോ കുട്ടികളെ അർദ്ധവൃത്താകൃതിയിൽ നിർത്തുക. ബോർഡിൽ എഴുതിയ ഏതാനും വാക്കുകൾ എല്ലാവർക്കും കാണത്തക്കവിധം തൂക്കിയിടുന്നു. അഞ്ചുവാക്കിൽ കൂടരുത്. ആ വാക്കുകളുമായി ബന്ധപ്പെട്ട മൂന്നു കാര്യം ഒറ്റ വാക്കിൽ എഴുതാനുള്ള നിശ്ചിതസമയം കുട്ടികൾക്കു നല്കുന്നു. സമയം തീരുന്ന മുറയ്ക്ക് ഓരോ കുട്ടിയെക്കൊണ്ടും ഉറക്കെ വായിപ്പിക്കുന്നു. ഏറ്റവും കുറച്ചും തെറ്റിച്ചും എഴുതിയവർ തോല്ക്കുന്നു. അവർ പൂച്ചയായോ, കാക്കയായോ അഭിനയിച്ചു കാണിക്കട്ടെ.

മാതൃക: അദ്ധ്യാപകൻ എഴുതിക്കാണിക്കുന്ന വാക്കുകൾ.
ആശുപത്രി, ക്ഷേത്രം, ചന്ത, ചായക്കട, ഗ്രന്ഥശാല.
കുട്ടികൾ എഴുതേണ്ട രീതി –
ആശുപത്രി – ഡോക്ടർ, നെഴ്സ്, മരുന്ന്.
കുട്ടികൾക്കു പരിചയമുള്ള പദങ്ങൾ മാത്രമേ എഴുതി പ്രദർശിപ്പിക്കാവൂ.

2) കുട്ടികളെ നിരത്തി നിർത്തുക. കുട്ടികളുടെ എണ്ണം വളരെ കൂടരുത്. ഒരു വാക്ക് അദ്ധ്യാപകൻ ഉറക്കെ വിളിച്ചു പറയുക. കുട്ടികൾ അവയുടെ ശബ്ദം പുറപ്പെടുവിച്ചുകൊണ്ട് കളിസ്ഥലത്ത് ഓടണം. ഓട്ടം എങ്ങനെയുമാകാം. തമ്മിൽ മുട്ടി വീഴരുത്. 'കാക്ക' എന്നാണ് അദ്ധ്യാപകൻ പറഞ്ഞതെന്നിരിക്കട്ടെ. കുട്ടികൾ 'കാ... കാ' എന്ന ശബ്ദത്തോടെ കൈകൾ ചിറകടി പോലെ ചലിപ്പിച്ചുകൊണ്ട് ചുറ്റിക്കറങ്ങണം. തുടർന്ന് അദ്ധ്യാപകൻ

ശബ്ദമുണ്ടാക്കാൻ പറ്റിയ വാക്കുകൾ (പട്ടി, പൂച്ച, കാർ, തോക്ക്, തീവണ്ടി) മാറി മാറി പറയുന്നു. ഏതു വാക്കു പറയുമെന്ന് കുട്ടികൾ അറിയരുത്. പറയുന്ന വാക്കിനു ചേർന്ന ശബ്ദം പുറപ്പെടുവിക്കാത്തവർ കളിയിൽനിന്നു പുറത്താകും. ഇങ്ങനെ കളി തുടരാം.

ശ്രദ്ധയും ശബ്ദശേഷിയും വികസിക്കാനും ആത്മവിശ്വാസവും സംഘബോധവും ഉണ്ടാക്കുവാനുമാണ് ഈ കളി.

3) കുട്ടികളെ വൃത്താകൃതിയിൽ നിർത്തി താളത്തിൽ കൈയടിപ്പിക്കുക, ചിരിപ്പിക്കുക തുടങ്ങിയവ ചെയ്യിക്കുന്നു. തുടർന്ന് നിശ്ശബ്ദത. ഉടനെ അദ്ധ്യാപകൻ ഏതെങ്കിലും കുട്ടിക്കവിതകളുടെ ആദ്യവരി ഉറക്കെ താളത്തിലും ഈണത്തിലും ചൊല്ലുന്നു. തുടർന്ന് അതേ ശബ്ദത്തിലും താളത്തിലും ഈണത്തിലും അടുത്ത വരി ഒരു കുട്ടിയെക്കൊണ്ടു ചൊല്ലിക്കുന്നു. അടുത്തകുട്ടി അടുത്ത വരി അതേ രീതിയിൽ ചൊല്ലുന്നു. തൊട്ടടുത്ത കുട്ടി അടുത്തവരി. ഇങ്ങനെ കവിത മുഴുവനാക്കിയശേഷം എല്ലാ കുട്ടികളും ചേർന്ന് അദ്ധ്യാപകൻ ചൊല്ലിക്കൊടുക്കുന്നതിനനുസരിച്ച് പല ശ്രുതിയിൽ, പല ഈണത്തിൽ, പല താളത്തിൽ ചൊല്ലുന്നു. അപ്പോൾ കുട്ടികളെ വൃത്താകാരത്തിൽ നടത്തിയും ചെറുതായി ഓടിച്ചുമൊക്കെ ചൊല്ലിക്കാവുന്നതാണ്.

ഈ കളിക്കു മുമ്പുതന്നെ കവിത കുട്ടികൾ കാണാതെ പഠിച്ചിരിക്കണം.

കവിത – നല്ല ശീലം –
വിഷ്ണു നാരായണൻ നമ്പൂതിരി.

അദ്ധ്യാപകൻ –
പപ്പടം കൊത്തിയ കാക്കയ്ക്ക്
ഒന്നാം കുട്ടി –
കിട്ടീ കല്ലോണ്ട് രണ്ടെണ്ണം.
രണ്ടാം കുട്ടി –
കാ... കാ... കാ..
മൂന്നാം കുട്ടി –
പാത്രം തട്ടി മറിച്ചിട്ട
നാലാം കുട്ടി...
പത്മിനിക്കുട്ടിക്കു നാലെണ്ണം
അഞ്ചാം കുട്ടി –
ങീ... ങീ... ങീ...
ആറാം കുട്ടി –
കണ്ണും ചിമ്മി പാൽകുടിച്ച
ഏഴാം കുട്ടി –
കണ്ടൻപൂച്ചയ്ക്കു ഡിം ഡിം ഡിം.
എട്ടാം കുട്ടി –
മ്യാ... വൂ... മ്യാ... വൂ...
ഒൻപതാം കുട്ടി –
അപ്പുക്കുട്ടന്നു നല്ല ശീലം
പത്താം കുട്ടി
അച്ഛൻ നല്കി നറുമുത്തം
പതിനൊന്നാം കുട്ടി –
ഹായ്... ഹായ്... ഹായ്.

രണ്ട്, അഞ്ച്, എട്ട് എന്നീ നമ്പരുകളിലുള്ള കുട്ടികൾ പറയുന്ന ശബ്ദങ്ങൾ എല്ലാവരും ഏറ്റു പറഞ്ഞതിനുശേഷമേ അടുത്ത വരി പറയാവൂ.

അവസാനത്തെ കുട്ടി പറയുന്ന ഹായ്... ഹായ്... ഹായ് – ശബ്ദം എല്ലാ കുട്ടികളും വട്ടത്തിൽ നടന്നും കുനിഞ്ഞും നിവർന്നും ചാഞ്ഞും ചരിഞ്ഞും പതിയെ നടന്നും വേഗത്തിൽ

നടന്നും പല ശ്രുതിയിലും ഈണ ത്തിലും താളത്തിലും അഞ്ചോ ആറോ പ്രാവശ്യം ചൊല്ലി - ഉച്ച ത്തിൽ ചൊല്ലി - കളി അവസാനി പ്പിക്കാവുന്നതാണ്.

കളിയുടെ നിർദ്ദേശങ്ങൾ തുട ക്കത്തിൽത്തന്നെ നല്കണം.

4) പത്തോ ഇരുപതോ കുട്ടി കളെ വൃത്താകാരത്തിൽ നിർത്തു ന്നു. എണ്ണമെടുപ്പിക്കുന്നു. കളി യുടെ നിയമങ്ങൾ പറയുന്നു.
ഒന്നാമത്തെ കുട്ടിയെ അടുത്തു വിളിച്ച് അദ്ധ്യാപകൻ ഒരു കുറിപ്പു നല്കുന്നു. അതിൽ കുട്ടികളുടെ നിലവാരത്തിലുള്ള ഒരു വാക്യം എഴുതിയിട്ടുണ്ട്. കുട്ടിക്കു കുറിപ്പു വായിച്ചു മനസ്സിലാക്കാനായി 30 സെക്കന്റനുവദിക്കുക. തുടർന്ന് ആ കുട്ടി അടുത്ത നമ്പരുകാരനെ മാറ്റി നിർത്തി മറ്റാരും കേൾക്കാതെ രഹ സ്യമായി കുറിപ്പിലെ വാക്യം ചെവിയിൽ പറഞ്ഞു കൊടുക്കുക. ഒന്നാമത്തെ കുട്ടി വായിച്ചു കഴി ഞ്ഞയുടൻ കുറിപ്പ് അദ്ധ്യാപകൻ വാങ്ങിയിരിക്കണം. രണ്ടാമൻ മൂന്നാമത്തെ കുട്ടിക്കും മൂന്നാമൻ നാലാമനും കേട്ട കാര്യം മേൽ വിവരിച്ചതുപോലെ രഹസ്യമായി കൈമാറണം. അവരവരുടെ ഊഴം കഴിഞ്ഞ് കുട്ടികൾ യഥാസ്ഥാനം ചെന്നു നില്ക്കണം. ഇങ്ങനെ ഓരോരുത്തരായി പറഞ്ഞു പറഞ്ഞ് അവസാനത്തെ കുട്ടിയുടെ ചെവിയിൽ രഹസ്യമെത്തുന്നു. അയാൾ കേട്ടകാര്യം ഉറക്കെ പറ യുന്നു. അദ്ധ്യാപകൻ കുറിപ്പ് ഒന്നാ മത്തെ കുട്ടിയെക്കൊണ്ട് ഉറക്കെ വായിപ്പിക്കുന്നു. അപ്പോഴറിയാം ഓരോ കുട്ടിയുടെയും ഓർമ്മശ ക്തിയും, കേൾവിശക്തിയും പറയാ നുള്ള കഴിവും.,

5) കുട്ടികളെ വൃത്താകാര ത്തിൽ നിർത്തി കൈത്താളമിട്ടു കൊണ്ട് വട്ടത്തിൽ നടത്തിക്കുക. അദ്ധ്യാപകൻ "ടയറെത്ര, ടയറെ ത്ര... പറയുക പറയുക കുട്ടികളെ" എന്ന് പല ശബ്ദത്തിലും താള ത്തിലും ഈണത്തിലും ചൊല്ലു ന്നു. കുട്ടികൾ അതിനനുസരിച്ച് ചൊല്ലുകയും താളത്തിനനുസരിച്ച് കൈയടിക്കുകയും വേഗം നിയന്ത്രി ക്കുകയും ചെയ്യണം.
പെട്ടെന്ന് അദ്ധ്യാപകൻ 'കാർ' എന്നു വിളിച്ചു പറയുന്നു. അപ്പോൾ കാറിന്റെ ടയർ എണ്ണമായ നാലു കുട്ടികൾ ഒരുമിച്ചു ചേർന്ന് ഒരു സംഘമാകുന്നു. നാലിൽ കുറവോ കൂടുതലോ ആകുന്ന സംഘം പുറ ത്താകും.
വീണ്ടും അദ്ധ്യാപകൻ "ടയറെത്ര" പറയുന്നു. കുട്ടികൾ ഏറ്റുപറഞ്ഞ് കളിസ്ഥലം ചുറ്റി നടക്കുന്നു. ആരും ഒരിടത്തു നില്ക്കാൻ പാടില്ല. പെട്ടെന്ന് അദ്ധ്യാപകൻ ഒരു വാഹനത്തിന്റെ പേരു പറയു ന്നു. ടയറെണ്ണത്തിനനുസരിച്ച് കുട്ടി കൾ കൂട്ടം കൂടുന്നു.
ഇപ്രകാരം ടയറുള്ള വാഹനങ്ങ ളുടെ പേരുകൾ - സൈക്കിൾ, ഓട്ടോറിക്ഷ, മിനിബസ്, ബസ്, തീവണ്ടി (തീവണ്ടി പറയുമ്പോൾ മുഴുവൻ കുട്ടികളും ഒരിടത്തു കൂട ണം) എന്നിങ്ങനെ മാറി മാറിപ്പറ യുന്നു. കളി തുടരുന്നു.
കളിനിയമങ്ങൾ തുടക്കത്തിൽ ത്തന്നെ കുട്ടികളെ അറിയിക്കണം.

ഓർമ്മശക്തി, കേൾവി, ശ്രദ്ധ, സംഖ്യാബോധം, ആത്മവിശ്വാസം എന്നിവ കൂട്ടാനുള്ള കളിയാണിത്.

6)

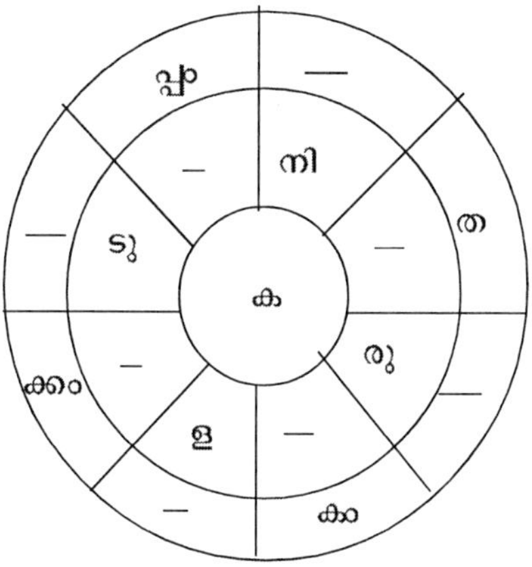

മൂന്നക്ഷരമുള്ള വാക്കുകളിലെ രണ്ടക്ഷരം കള്ളികളിലുണ്ട്. എല്ലാ വാക്കിന്റെയും ആദ്യത്തെ അക്ഷരമായ 'ക' നടുവിലുള്ള കള്ളിയിലുണ്ട്. അതിനോട് വരയിട്ടിട്ടുള്ള ഭാഗത്തെ അക്ഷരവും തന്നിട്ടുള്ള അക്ഷരങ്ങളും ചേർത്ത് വാക്കുകൾ എഴുതുക. അക്ഷരങ്ങളോടൊപ്പം അടയാളങ്ങൾ ചേർക്കാം. കൂട്ടക്ഷരങ്ങളും എഴുതാം. തന്നിട്ടുള്ള അക്ഷരങ്ങളിൽ ഒരു മാറ്റവും വരുത്താൻ പാടില്ല.

നിശ്ചിത സമയത്തിനുള്ളിൽ എഴുതിത്തീർക്കണം. ആദ്യം എല്ലാം ശരിയായി എഴുതിത്തീർക്കുന്ന ആൾ വിജയിച്ചു. വിജയിച്ചയാൾ എല്ലാ വാക്കുകളും ഉറക്കെ ഉച്ചാരണശുദ്ധിയോടെ വായിക്കണം. ഓരോ വാക്കും മറ്റുള്ളവർ ഏറ്റു പറയുകയും വേണം.

(ഇതുപോലെയുള്ള നിരവധി പ്രവർത്തനങ്ങൾ നല്കാവുന്നതാണ്).

7) കുട്ടികളെ രണ്ടു വരിയായി നിർത്തുക. ഓരോ വരിയിലും തുല്യ എണ്ണം കുട്ടികളുണ്ടായിരിക്കണം. കുട്ടികളെക്കൊണ്ട് നമ്പരെടുപ്പിക്കുക. ഓരോരുത്തരും എടുത്ത നമ്പർ ഓർത്തുവയ്ക്കേണ്ടതാണ്.

അതിനുശേഷം നിരപ്പുള്ള കളിസ്ഥലത്തിന്റെ നടുവിൽ ഒരു മീറ്റർ വ്യാസത്തിൽ ഒരു വൃത്തം വരയ്ക്കണം. അതിൽ വിവിധ അക്ഷരങ്ങൾ എഴുതിയ കാർഡുകൾ ചിതറിയിടണം. വൃത്തത്തിൽനിന്ന് തുല്യ അകലത്തിൽ (ഏകദേശം ഇരുപതടി അകലം) വൃത്തത്തിനഭിമുഖമായി രണ്ടു വരിയായി കുട്ടികളെ നിരത്തി നിർത്തണം. നമ്പരുകൾ ഒന്നു മുതൽ പത്തുവരെ ഒരു വശത്തും ആ വരിയിലെ ഒന്നിനു നേരെ പത്തു വരത്തക്കവണ്ണം പത്തുമുതൽ ഒന്നു വരെ മറുവശത്തും നിർത്തണം.

അദ്ധ്യാപകൻ കളി തുടങ്ങുന്നതിനുള്ള സൂചന നല്കണം. അതിനുശേഷം കുട്ടികളുടെ എണ്ണത്തിൽ ഒരെണ്ണം വിളിച്ചുപറയുക. ഉദാ: ഏഴ് എന്നു പറയുന്നു. അതേ നമ്പരുള്ള കുട്ടികൾ രണ്ടു വരിയിൽനിന്നും ഓടിവന്ന് അക്ഷരക്കാർഡുകളിൽ ഒരെണ്ണം എടുത്തുപോകുക. കാർഡെടുക്കുമ്പോൾ മറ്റേയാൾ തൊട്ടാൽ സ്പർശം ഏറ്റയാൾ കളിക്കു പുറത്താകും. മറ്റേയാൾ തൊടാതെ കാർഡുമെടുത്ത് വരിയിൽ നില്ക്കണം.

സ്പർശമേറ്റാൽ എടുത്ത കാർഡ് നഷ്ടമാകുകയും കളിയിൽനിന്നു പുറത്താകുകയും ചെയ്യുന്നു.

ഇങ്ങനെ മാറി മാറി നമ്പരുകൾ പറഞ്ഞ് കളി തുടരുന്നു. കാർഡുകൾ വൃത്തത്തിനുള്ളിൽ തീരുന്ന മുറയ്ക്ക് കിട്ടിയ കാർഡുകൾ എണ്ണിതിട്ടപ്പെടുത്തുന്നു. കൂടുതൽ കാർഡുകൾ കിട്ടിയ സംഘം വിജയിക്കുന്നു.

ഇനി കളിയുടെ രണ്ടാം ഘട്ടം. ഓരോ സംഘവും കിട്ടിയ കാർഡുകളിലുള്ള അക്ഷരങ്ങൾ വരുന്ന വാക്കുകൾ എഴുതണം. ഓരോ അക്ഷരവും വരുന്ന എത്ര വാക്കും എഴുതാം. അടയാളങ്ങളും കൂട്ടക്ഷരങ്ങളും ചേർക്കാം. നിശ്ചിതസമയത്തിനുള്ളിൽ കൂടുതൽ വാക്കുകളെഴുതുന്ന സംഘം വിജയിച്ചു.

തുടർന്ന് കളിയുടെ മൂന്നാംഘട്ടം. ഉണ്ടാക്കിയ വാക്കുകൾ ഉചിതമായ മാറ്റങ്ങളോടെ പരമാവധി വാക്യങ്ങൾ രചിക്കട്ടെ. ശരിയായ വാക്യങ്ങൾ കൂടുതൽ രചിക്കുന്നവർ വിജയിക്കും. ഇതും നിശ്ചിത സമയത്തിനുള്ളിൽ വേണം നടത്തേണ്ടത്. മൂന്നു ഘട്ടത്തിലേയും മാർക്കുകൾ കൂട്ടി കൂടുതൽ മാർക്കു കിട്ടുന്ന സംഘം വിജയിക്കുന്നതായിരിക്കും.

8) ഒരു സംഘം കുട്ടികളെ വൃത്താകാരത്തിൽ ഇരുത്തുക. ഒരു കുട്ടിയെക്കൊണ്ട് പേര് ഉറക്കെ പറയിക്കുക. തുടർന്ന് എല്ലാ കുട്ടികളെക്കൊണ്ടും പേര് ഉറക്കെത്തന്നെ പറയിക്കുക. പേരു പറയുന്നത് എല്ലാവരും കേൾക്കണമെന്നതും ശുദ്ധമായി ഉച്ചരിക്കണമെന്നതും കളിനിയമം. അതിൽ വീഴ്ച വന്നാൽ കളിക്കു പുറത്ത്.

ഇനി കളിയിലേക്ക്. ഒരു കുട്ടിയെക്കൊണ്ട് ഒരു വാക്കു പറയിക്കുക. ആ വാക്കിലെ ഏതെങ്കിലും ഒരക്ഷരത്തിൽ തുടങ്ങുന്ന വാക്ക് അടുത്ത കുട്ടി പറയണം. തുടർന്ന് ആ വാക്കിലെ ഒരക്ഷരത്തിൽ തുടങ്ങുന്ന വാക്ക് അടുത്ത കുട്ടി. ഇങ്ങനെ ക്രമമായി കളി തുടരാം. വാക്കുകളിൽ എത്ര അക്ഷരവും ആകാം. കൂട്ടക്ഷരങ്ങളും അടയാളങ്ങളുമൊക്കെയാകാം. ആളുകളുടെ പേരും സ്ഥലപ്പേരും പാടില്ല. കളിക്കിടയിൽ പെട്ടെന്നു വാക്കു പറയാതെ വന്നാലോ പറഞ്ഞ വാക്ക് വീണ്ടും പറഞ്ഞാലോ കളിയിൽനിന്നു പുറത്താകും. അവസാനം രണ്ടുപേരവശേഷിക്കും. അവർ വീണ്ടും മത്സരിക്കുന്നു. അതിൽ ഒരു ഒന്നാംസ്ഥാനക്കാരനും രണ്ടാംസ്ഥാനക്കാരനും ഉണ്ടാകുന്നു. അവർക്കു സമ്മാനം നല്കുന്നു. സമ്മാനം പുസ്തകം തന്നെയാകണം.

9)

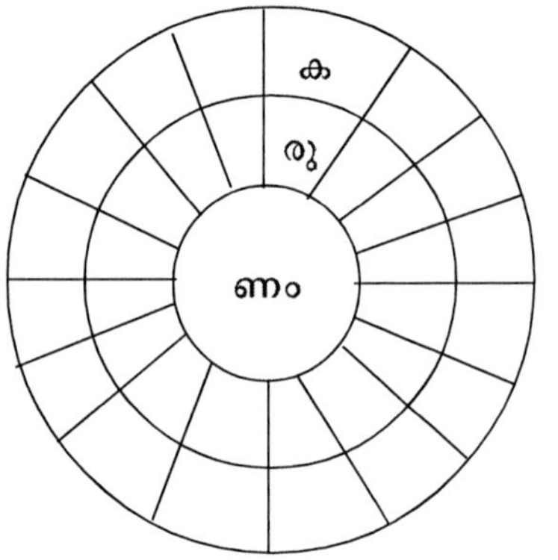

മേൽക്കൊടുത്തിരിക്കുന്നതു പോലെ ബോർഡിൽ വരച്ചിടുക. എഴുതിയിരിക്കുന്ന വാക്ക് - കരുണം - അദ്ധ്യാപകൻ വായിച്ച് കുട്ടികളെക്കൊണ്ട് സംഘമായി പറയിക്കുക. വാക്കിൽ മൂന്നക്ഷരമേ ആകാവൂ. ചില്ലുകളോ, അടയാളങ്ങളോ കൂട്ടക്ഷരങ്ങളോ ചേർക്കാം. അവസാന അക്ഷരം 'ണം' എന്നു തന്നെയാകണം.

ഓരോരുത്തരും പറയുന്ന വാക്കുകൾ ബോർഡിൽ എഴുതി സംഘമായി വായിപ്പിക്കാം. ഇതു പോലെ നടുക്ക് അക്ഷരം മാറ്റിക്കൊടുത്ത് കളി തുടരാം.

(എഴുതാവുന്ന വാക്കുകൾ:- പട്ടണം, അരുണം, തരണം, വരണം, അർപ്പണം, തർപ്പണം, തുപ്പണം, പൊക്കണം, ചാടണം, പാടണം, ദർപ്പണം, ഓടണം, തരുണം, കരണം, മരണം, മാരണം, ചോരണം, തോരണം, ദാരുണം, വാരണം, കാരണം, പോകണം, അങ്കണം, കങ്കണം, പൂകണം, തിന്നണം, കാണണം, കേൾക്കണം...)

10) കുട്ടികളെ കളിസ്ഥലത്ത് കൂട്ടമായി നിർത്തുക പത്തോ പതിനഞ്ചോ കുട്ടികളായിരിക്കണം. കൂടുതൽ കുട്ടികളുണ്ടെങ്കിൽ രണ്ടു സംഘമാക്കി രണ്ടുപേരുടെ നേതൃത്വത്തിൽ കളിപ്പിക്കാം. അദ്ധ്യാപകൻ ആദ്യം കളിയുടെ നിർദ്ദേശങ്ങൾ കുട്ടികൾക്കു നല്കുന്നു:-

പറയുന്ന കാര്യങ്ങൾ ശ്രദ്ധിച്ചു കേൾക്കുക. ഞാൻ പറയുന്ന കാര്യത്തിനു ചേർന്ന ശബ്ദം പറയുന്ന താളത്തിൽ ഉണ്ടാക്കിക്കൊണ്ട് അതിനൊത്ത അഭിനയത്തോടെ വരച്ചിട്ടുള്ള വൃത്തത്തിനുള്ളിൽ ചുറ്റിനടക്കണം. ശബ്ദം ഉറക്കെയാവണം. ശബ്ദത്തിനു കാര്യവുമായി പൊരുത്തമില്ലെങ്കിലും അഭിനയമില്ലെങ്കിലും കളിയിൽനിന്നു പുറത്താകും. തമ്മിൽ തൊടാൻ പാടില്ല. കാര്യങ്ങൾ പെട്ടെന്നു പെട്ടെന്നു മാറ്റിപ്പറയും. അപ്പോൾ പറയുന്ന കാര്യത്തിൽ ശ്രദ്ധയില്ലെങ്കിൽ ശബ്ദം മാറും. അപ്പോഴും കളിയിൽനിന്നു പുറത്ത്. ചിലപ്പോൾ ഞാൻ ശബ്ദമായിരിക്കും പറയുക. അപ്പോൾ നിങ്ങൾ യോജിച്ച കാര്യം പറയണം. ഇല്ലെങ്കിൽ പുറത്ത്.

ഉദാ:- അദ്ധ്യാപകൻ: - മഴയെങ്ങനെ പെയ്യുന്നു?
കുട്ടികൾ - ചറപറ ചറപറ.

കുറേ കാര്യങ്ങളും ശബ്ദങ്ങളും നല്കുന്നു.

കാര്യം	- ശബ്ദം
വെടിയങ്ങനെ പൊട്ടുമ്പോൾ	- ഠോഠോഠോഠോഠോ
പട്ടി കുരച്ചു	-ബൗബൗബൗബൗ
പൂച്ച കരഞ്ഞു	- മ്യാവൂ മ്യാവൂ
തീവണ്ടി പായുന്നു	- കട കട കട കട
കാറിന്റെ ഹോൺ	- പീ പീ പീ പീ.
ഊളൻ കൂകി	- കൂ കൂ കൂ കൂ
കാക്ക കരഞ്ഞു	- കാ കാ കാ കാ
ബസ്സു വരുന്നു	- ടൂർർർപോപോ
തവള കരഞ്ഞു	- ക്രോംക്രോം ക്രോംക്രോം
അച്ഛനടിച്ചു	- ഠേ ഠേ ഠേഠേ
ചെണ്ട മുഴങ്ങി	- കിണ്ടട കിണ്ട

കിണ്ടക കിടകിട
മണിയുടെ ശബ്ദം- കിണി കിണി
കിണികിണി
തകിലടി ശബ്ദം - തരികിട ഡും ഡും
തരികിട ഡും ഡും
നാഗസ്വരമേളം - ഡുംഡും
പെപ്പരപ്പേ,
ഡുംഡും പെപ്പരപ്പേ,

11) ഈ കളി ക്ലാസുമുറിയിൽ വച്ചു നടത്താം. അദ്ധ്യാപകൻ കുറേ വാക്കുകൾ ബോർഡിൽ താഴെത്താഴെ എഴുതിയിടുന്നു. അതിനുശേഷം ഓരോ വാക്കും അദ്ധ്യാപകൻ ഉറക്കെ സ്ഫുടമായി വായിക്കുന്നു. അതേ ശബ്ദത്തിലും താളത്തിലും ഈണത്തിലും കുട്ടികൾ സംഘമായി പറയുന്നു. അദ്ധ്യാപകൻ ഇടയ്ക്കിടെ വായനയുടെ താളവും ശ്രുതിയും ഈണവും മാറ്റണം. അതിനനുസരിച്ചു കുട്ടികൾ പറയണം. തെറ്റിച്ചാൽ കളിക്കു പുറത്ത്.

രണ്ടാംഘട്ടം:- ബോർഡിൽ എഴുതിയിട്ടുള്ള വാക്കുകളിലെ അക്ഷരങ്ങൾ വലത്തുനിന്ന് ഇടത്തോട്ടു ക്രമം തെറ്റാതെ നിശ്ചിത സമയത്തിനകം എഴുതണം. വാക്കുകളായി ആദ്യം എഴുതുന്നയാൾ വിജയി. വിജയിച്ച കുട്ടിയെക്കൊണ്ട് ബോർഡിലെ ഓരോ വാക്കും തിരിച്ചെഴുതിയ വാക്കും ഉറക്കെ ചൊല്ലിക്കണം. മറ്റു കുട്ടികളെക്കൊണ്ട് ഏറ്റുപറയിക്കണം. വായനയിൽ താളവും ശബ്ദവും നിർബ്ബന്ധം.

ബോർഡിൽ എഴുതാൻ ഏതാനും വാക്കുകൾ ചുവടേ ചേർക്കുന്നു.

സരസ	മഞ്ജിമ
കലിക	മനമേനമ
ജലജ	നളിന
കനക	കരിതരിക
മാലതീമാല	കലപ്പപ്പലക
കരിവാരിക	കളിത്തളിക
കപടപക	കന്യക
കത്രിക	നന്ദനന്ദന
മോരുതരുമോ	താളംതാ
നവഭാവന	മഹിമഹിമ
തുണയാണതു	താളികളിതാ
വടിവോടിവ	കരുതരുക
വാടാവാ	പോടാപോ
കടുതൊടുക	കളിമാളിക
കരുവാടുവാരുക	വികടകവി

12) 'ആമ' എന്ന് അദ്ധ്യാപകൻ ബോർഡിൽ എഴുതി ഉറക്കെ വായിക്കുന്നു. കുട്ടികളെക്കൊണ്ട് സംഘമായി വായിപ്പിക്കുന്നു. ആമ എന്ന വാക്കിലെ രണ്ടാമത്തെ അക്ഷരത്തിൽ തുടങ്ങുന്ന വാക്ക് അദ്ധ്യാപകൻ ബോർഡിൽ ഇങ്ങനെ ഒരു കോളത്തിൽ എഴുതുന്നു. അതിലെ രണ്ടാമത്തെ -മരം-രം എന്ന അക്ഷരത്തെ ഒരു കോളത്തിനകത്താക്കുന്നു. തുടർന്ന് ആ കോളത്തിനു ചുറ്റും കള്ളികൾ താഴെക്കാണും വിധം വരച്ചിടുന്നു.

ആമ —> മരം

(താഴ്ന്ന ക്ലാസിലെ കുട്ടികൾക്കാണ് ഈ കളി)

(രണ്ടക്ഷരം വീതമുള്ള വാക്ക്. 'രം' എന്നത് എല്ലാ വാക്കിന്റെയും രണ്ടാമത്തെ അക്ഷരം. എഴുതുന്ന അക്ഷരങ്ങളോട് അടയാളങ്ങൾ ചേർക്കാം. എഴുതാൻ സമയം ക്ലിപ്തപ്പെടുത്തിയിരിക്കണം. ശരിയായി ആദ്യം എഴുതിയ കുട്ടി ഈ കളിയിലെ വിജയി. എഴുതിയവ എഴുതിത്തീരുന്ന മുറയ്ക്ക് വായിപ്പിക്കണം.)

13) ഈ കളി ഒരു കഥയിൽ തുടങ്ങാം. ഞാൻ പത്തു തെങ്ങിൻ തൈ വാങ്ങിച്ചു. എനിക്ക് അവ അഞ്ചു വരിയായി നടണം. ഒരു വരിയിൽ നാലു തൈവീതം ഉണ്ടായിരിക്കുകയും വേണം. അതെങ്ങനെയെന്ന് നിങ്ങൾക്കു സംശയമുണ്ട്. 4 വീതം 5 വരിയിൽ നടണമെങ്കിൽ 5 X 4 = 20 തൈ വേണമെന്നല്ലേ നിങ്ങളുടെ സംശയം. ശരിയാണ്. പക്ഷേ, തൈ പത്തേയുള്ളൂ. നാലുവീതം അഞ്ചുവരിയിൽത്തന്നെ എനിക്കു നട്ടേ തീരൂ. തെങ്ങിൻ തൈകൾ എന്റെ ആഗ്രഹമനുസരിച്ചു നടാൻ ഒരു വഴി പറഞ്ഞുതരാമോ?

(കുട്ടികൾക്കു ചിന്തിക്കാനായി അഞ്ചുമിനിറ്റനുവദിക്കുക. ആരെങ്കിലും മിടുക്കന്മാർ കാണും. ആർക്കും കഴിഞ്ഞില്ലെങ്കിൽ അദ്ധ്യാപകൻ താഴെക്കാണുന്ന ചിത്രം ബോർഡിൽ വരച്ചിടുക.

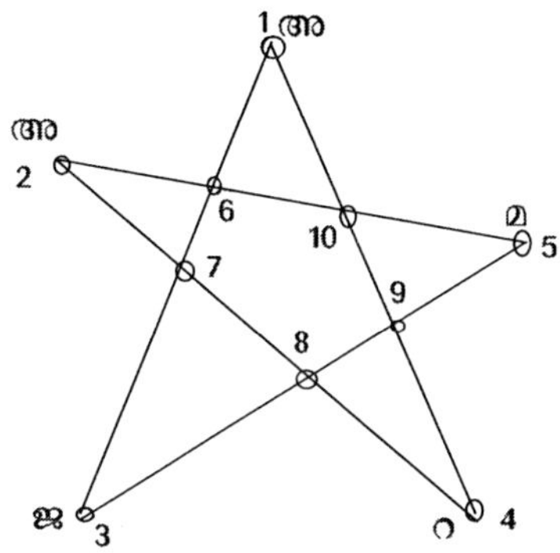

ഒന്നാമത്തെ വരി – 1, 6, 7, 3 – നാല് തൈ.
രണ്ടാമത്തെ വരി – 2, 6, 10, 5 – നാല് തൈ
മൂന്നാമത്തെ വരി – 3, 8, 9, 5 – "
നാലാമത്തെ വരി – 4, 9, 10, 1 – "
അഞ്ചാമത്തെ വരി – 5, 10, 6, 2 – "
വരി അഞ്ച് – തൈ പത്ത്.
ഓരോ വരിയിലും ഇല്ലേ നാലു തൈ വീതം.

രണ്ടാം ഘട്ടം
(ചാർട്ടിന്റെ അഞ്ചു മൂലയിലും ഓരോ അക്ഷരം ചിത്രത്തിലേതുപോലെ എഴുതുക. ഈ അക്ഷരങ്ങളിൽ തുടങ്ങുന്നതും നാലക്ഷരം വീതമുള്ളതുമായ താഴെക്കാണുന്ന സൂചനകൾക്കു ചേർന്ന വാക്കുകൾ എഴുതുക. ഓരോ വരിയിലും തുടക്കത്തിലെയും ഒടുക്കത്തിലെയും അക്ഷരം ചിത്രത്തിലുണ്ട്. ഇടയ്ക്കുള്ള രണ്ടക്ഷരം വീതമാണ് എഴുതേണ്ടത്. അവ എഴുതിയാൽ വാക്കുകിട്ടും.)

സൂചന –1–3– ഒന്നാംവരി – (അ — — ജ)

– യമുനയുടെ മറ്റൊരു പേര് (നാലക്ഷരം)

” 2– 5 – രണ്ടാം വരി – (അ — — മ) – ചെമപ്പ് എന്നർത്ഥം (നാലക്ഷരം)

” 3–5 – മൂന്നാം വരി – (ജ — — മ) – വേഗം എന്നർത്ഥം (നാലക്ഷരം)

” 2–4 – നാലാം വരി – (അ — — റ) – ഇണക്കമുറി എന്നർത്ഥം (നാലക്ഷരം)

” 1–4 – അഞ്ചാം വരി – (അ — — റ) – ഒരുക്കത്തിന്റെ പൂർണ്ണത എന്നർത്ഥം (നാലക്ഷരം).

(സൂചനകളിൽ ബ്രായ്ക്കറ്റിൽ ഓരോ വാക്കിന്റെയും ആദ്യത്തെയും അവസാനത്തെയും അക്ഷരം കൊടുത്തിട്ടുണ്ട്. ബാക്കി അക്ഷരങ്ങൾ (രണ്ടു വീതം) സൂചനകൾ നോക്കിക്കണ്ടെത്തുക.)

മൂന്നാംഘട്ടം

വാക്കുകൾ കണ്ടെത്തിയ ശേഷം ഓരോ വരിയിലെയും തെങ്ങിൻതൈകൾക്കടുത്തുള്ള അക്ഷരങ്ങൾ ചേർത്ത് മൂന്നിൽ കുറയാത്ത അക്ഷരങ്ങൾ വരുന്ന രണ്ടുവാക്കുവീതം എഴുതുക. എഴുതുന്ന വാക്കുകളിൽ മൂന്നോ അതിലധികമോ അക്ഷരങ്ങൾ ആകാം. ചില്ലുകളും കൂട്ടക്ഷരങ്ങളും അടയാളങ്ങളും ചേർക്കാം. അക്ഷരങ്ങൾ വാക്കിന്റെ ആദ്യമോ ഇടയ്ക്കോ അവസാനമോ എവിടെ വേണമെങ്കിലും വരാം.)

(മുതിർന്ന ക്ലാസിലെ (5, 6, 7) കുട്ടികൾക്കുള്ള കളിയാണിത്. ശ്രമിച്ചു നോക്കിയാൽ പറ്റുകയില്ലെങ്കിൽ മാത്രം രണ്ടും മൂന്നും ഘട്ടങ്ങളുടെ ഉത്തരം പേജ് 25 (എ)യിൽ നോക്കുക.)

14) കളിസ്ഥലത്ത് കുട്ടികളെ വൃത്താകാരത്തിൽ ഇരുത്തുക. കുട്ടികളെക്കൊണ്ട് നമ്പർ എടുപ്പിക്കുക. എടുത്ത നമ്പർ ഓർമ്മയിൽ വയ്ക്കാൻ നിർദ്ദേശിക്കണം.

ഒരു സ്കോർഷീറ്റ് തയ്യാറാക്കി (മാതൃക കാണുക). സ്കോർ രേഖപ്പെടുത്താൻ ഒരാളെ സഹായത്തിനു കൂട്ടണം. ഇനി കളി തുടങ്ങാം.

അദ്ധ്യാപകൻ ഒരു കടംകഥ ഈണത്തിലും താളത്തിലും രണ്ടു പ്രാവശ്യം ചൊല്ലണം. അതിനു ശേഷം ഒരു നമ്പർ (ഉദാ. 9) വിളിച്ച് കടംകഥയുടെ ഉത്തരം പറയാൻ ആവശ്യപ്പെടണം. ഉത്തരം പറഞ്ഞാൽ അയാളുടെ നമ്പരിനു നേരേ ഒരു ചെറിയ വര (/) അടയാളപ്പെടുത്തുക. പറഞ്ഞില്ലെങ്കിൽ പൂജ്യം (0) അടയാളപ്പെടുത്തണം. ചോദ്യം വേറൊരാൾക്കു കൈമാറാം. ഉത്തരം പറയുന്നതുവരെ ചോദ്യം കൈമാറണം.

തുടർന്ന് അടുത്ത ചോദ്യം. ആദ്യത്തെ കടംകഥ തന്നെ അതേ ഈണത്തിൽ അദ്ധ്യാപകൻ ചൊല്ലുന്നു. അതിന്റെ ഈണം മാറ്റിച്ചൊല്ലാൻ മറ്റൊരു നമ്പരിനോടാവശ്യപ്പെടുന്നു. നേരത്തെ ചെയ്തതു പോലെ സ്കോർ രേഖപ്പെടുത്തുന്നു.

മൂന്നാംഘട്ടം: അതേ കടംകഥ കുട്ടി ചൊല്ലിയ ഈണത്തിൽ അദ്ധ്യാപകൻ ചൊല്ലുന്നു. കുട്ടികളെക്കൊണ്ട് ഏറ്റു ചൊല്ലിക്കുന്നു.

തുടർന്ന് ആ കടംകഥയിൽ ഏറ്റവും കൂടുതലുള്ള അക്ഷരം ഏത് എന്ന ചോദ്യം. സ്കോർ രേഖപ്പെടുത്തൽ.

പിന്നീട് ആ അക്ഷരം ചേർത്തുള്ള വാക്കുകൾ പറയാൻ രണ്ടോ മൂന്നോ കുട്ടികളോട് ആവശ്യപ്പെടുന്നു. അപ്പോഴും സ്കോർ രേഖപ്പെടുത്തണം.

തുടർന്ന് മറ്റൊരു കടംകഥ ചോദിക്കുന്നു. ഇതേ രീതി ആവർത്തിക്കുന്നു.

(കളിയുടെ നിർദ്ദേശങ്ങൾ നല്കുന്നത് തുടക്കത്തിൽ വേണം. എല്ലാ കുട്ടികൾക്കും അവസരം ലഭിക്കണം. എല്ലാവരും കടംകഥ ചൊല്ലുന്നത് ഈണത്തിലും താളത്തിലും തന്നെയാകണം.)

സ്കോർഷീറ്റിന്റെ മാതൃക

കടംകഥകളി – സ്കോർഷീറ്റ്											
നം.	സ്കോർ										
	1	2	3	4	5	6	7	8	9	10	11
1	/	/									
2	0	/									
3	/	0									
4	/	/									
5	0	/									
6	/	/									
7	/	0									
8	/	/									

ഈണം നല്കാവുന്ന കടംകഥകൾ

1. ആനകേറാമല ആടുകേറാമല
ആയിരം കാന്താരി പൂത്തിറങ്ങി
– നക്ഷത്രങ്ങൾ

2. കാലില്ല കൈയില്ല തലയുമില്ല
തല്ലുകൊണ്ടാലോ നിലവിളിക്കും
– ചെണ്ട.

3. നാലു കാലുള്ളൊരു നങ്ങേലിപ്പെണ്ണിനെ
കോലുനാരായണൻ കട്ടോണ്ടു പോയ്
– ചേര തവളയെ പിടിച്ചു.

4. പച്ചച്ചുള്ള മുരിക്കിൻ പെട്ടി
പെട്ടിനിറച്ച് ചപ്പും ചവറും
ചപ്പിനകത്തു നിറച്ചും കുപ്പി
കുപ്പിയിലൊക്കെയൊരേഗുളിക.
– ചക്ക.

5. വട്ടിവയറനും ചന്തയ്ക്കു പോയി
വളാവളഞ്ചനും ചന്തയ്ക്കു പോയി
മുതുകത്തു മുള്ളനും ചന്തയ്ക്കു പോയി
ചാരത്തിൽ മുത്ത്യോനും ചന്തയ്ക്കു പോയി
– മത്തങ്ങ, പടവലങ്ങ, പാവയ്ക്ക, കുമ്പളങ്ങ.

6. അടിക്കൊരു വെട്ട്
നടുക്കൊരു കെട്ട്
തലയ്ക്കൊരു ചവിട്ട്
– നെല്ല് കൊയ്തു മെതിക്കുന്നു.

7. മണ്ണമ്പലത്തിൽ പലപ്പോഴും
മരവെളിച്ചപ്പാടിൻ തളകിലുക്കം
– തൈരു കടയുന്നത്.

8. അങ്ങട്ടും ഇങ്ങട്ടും സംബന്ധം
വീട്ടമ്മയ്ക്കും നിർബ്ബന്ധം
– സാക്ഷ

9. കടലിലുള്ളോനിവൻ
കുടിലിലെത്തുന്നവൻ
ഏറിയാലും തെറി
പോരാഞ്ഞാലും തെറി
– ഉപ്പ്.

10. അഞ്ചേരുംകുഞ്ചാരും
ഗുഹകാണാൻ പോയി
അഞ്ചേര് ഇങ്ങട്ടും പോന്നു
കുഞ്ചാര് അങ്ങട്ടും പോയി
– ഊണു കഴിക്കൽ.

11. ഇരുതല നേർത്തും നടു
വീർത്തും
കിണ്ണം കിണ്ണം കിണകിണ്ണം
– മദ്ദളം

12. അഞ്ചിലൊന്നിൻ മകൻ
അഞ്ചിലൊന്നും കട–
ന്നഞ്ചിലൊന്നിൻ മകൾ
തന്നെയാരാഞ്ഞുടൻ
അഞ്ചിലൊന്നോളമു–
യർന്നൊരു പത്തനം
അഞ്ചിലൊന്നാക്കിനാൻ
ചഞ്ചലമെന്നിയേ.
– ഹനുമാൻ ലങ്ക ചുട്ടു.

(അഞ്ച് – പഞ്ചഭൂതങ്ങൾ – ആകാശം, വായു, അഗ്നി, ജലം, ഭൂമി. അഞ്ചിലൊന്നായ വായുവിന്റെ മകൻ ഹനുമാൻ, അഞ്ചിലൊന്നായ ഭൂമിയുടെ മകൾ സീതയെ ആരാഞ്ഞ് ലങ്കയിലെത്തി അഞ്ചിലൊന്നായ ആകാശത്തോളം ഉയർന്ന നഗരത്തെ അഞ്ചിലൊന്നായ അഗ്നിക്ക് ഇരയാക്കി – ഇതാണ് കടംകവിതയുടെ സാരം)

15) തുറസ്സായൊരു കളിസ്ഥലം. ചതുരാകൃതി. നാലുവശവും അതിർത്തി രേഖകൾ.

കളിസ്ഥലത്തിന്റെ കിഴക്കു ഭാഗത്ത് അഭിനയശേഷിയും മിടുക്കുമുള്ള ഒരു കുട്ടിയെ നിർത്തുക. അയാളാണ് കളിയിലെ ആന. ആന കലക്കവെള്ളം തെറ്റിത്തെറ്റി വരുന്നതെങ്ങനെയെന്ന് കാണിച്ചുകൊടുക്കുന്നതിന് അദ്ധ്യാപകൻ തയ്യാറാകണം.

മറ്റു കുട്ടികൾ കളിസ്ഥലത്തിന്റെ പടിഞ്ഞാറുഭാഗത്ത് കൂടി നില്ക്കുന്നു. ആന ചിന്നം വിളിച്ചുകൊണ്ട് ആടിയുലഞ്ഞു സാവധാനം വരുന്നു. കുട്ടികളിൽ ഒരുവൻ അതു കാണുന്നു. അവൻ ഭയന്ന് കൈചൂണ്ടി വിളിച്ചു പറയുന്നു. മറ്റുള്ളവർ അതേ ഭാവത്തിൽ.

കിഴക്കുകിഴക്കൊരേലായില്
ആനവന്നിറങ്ങുന്നേ

മറ്റുള്ളവർ അവനെ അനുകരിച്ച് ഏറ്റുപാടുന്നു. ആന കളിസ്ഥലത്തിന്റെ ഒരരികിലൂടെ സാവധാനം മുന്നോട്ടുവരുന്നു. കുട്ടികൾ പാടിക്കൊണ്ട് അതേ വേഗത്തിൽ പിന്നോട്ടു നടക്കുന്നു. ആന നിന്നു. കുട്ടികളും നിന്നു.

മറ്റൊരു കുട്ടി ഭയത്തോടെ ആനയെ ചൂണ്ടി പാടി.

കിണ്ണം പോലെ കണ്ണും കൊണ്ടേ
ആന വന്നിറങ്ങുന്നേ.

മറ്റുള്ളവർ ഏറ്റുപാടി. ആന നടക്കുന്നു. കുട്ടികൾ പിന്നോട്ടു നടക്കുന്നു. ആദ്യകുട്ടി 'കിഴക്കു കിഴക്കു'.... വീണ്ടും പാടി. മറ്റുള്ളവർ ഏറ്റുപാടി. രണ്ടാം കുട്ടി 'കിണ്ണം പോലെ' പാടി. മറ്റുള്ളവർ ഏറ്റുപാടി. തുടർന്ന് നാലുവരിയും എല്ലാവരും ചേർന്നു പാടി. ആന നിന്നു; കുട്ടികളും.

മൂന്നാമൻ പാടി.
തൂണുപോലെ കാലും കൊണ്ടേ
ആനവന്നിറങ്ങുന്നേ.
മറ്റുള്ളവർ ഏറ്റുപാടി
ആന നടന്നു. കുട്ടികൾ നടന്നുകൊണ്ട് ആറുവരിയും പാടി.

ആന നിന്നു. നാലാമൻ അടുത്തവരി അഭിനയത്തോടെ പാടി.
മുറം പോലെ ചെവിയും കൊണ്ടേ
ആന വന്നിറങ്ങുന്നേ.

എല്ലാവരും ഏറ്റുപാടി.

ആന നടന്നു. കുട്ടികൾ നടന്നുകൊണ്ട് ഇതുവരെ പാടിയ വരികൾ ആവർത്തിച്ചു പാടി.

ആന നിന്നു. അഞ്ചാമൻ പാടി
ചൂലുപോലെ വാലും കൊണ്ടേ
ആന വന്നിറങ്ങുന്നേ.

എല്ലാവരും ഏറ്റുപാടി.

ആന നടന്നു. കുട്ടികൾ ആദ്യം മുതലുള്ള വരികൾ പാടിക്കൊണ്ട് പിന്നോട്ടു നടന്നു. ആന നിന്നു. കുട്ടികളും നിന്നു.

ആറാമൻ ആനയെ ചൂണ്ടി കളിയാക്കി ചിരിച്ചുകൊണ്ടു കൂവി. എല്ലാവരും പൊട്ടിച്ചിരിച്ചു; കൂവി. ചിരി തുടരവേ
ഒരാൾ: – "എന്താടാ കൂവിയത്."
ആറാമൻ: – "നോക്കെടാ, നോക്ക്.
രണ്ടറ്റോം വാലുള്ളൊരു
ജന്തു വന്നിറങ്ങുന്നേ."

എല്ലാവരും ചിരിയോടെ ആ വരികൾ രണ്ടുവട്ടം ഏറ്റുപാടി.

ആനയ്ക്കു ദേഷ്യം വന്നു. തല കുലുക്കി അത് നടത്തയ്ക്കു വേഗം കൂട്ടി. കുട്ടികൾ വേഗം നടന്നുകൊണ്ട് ആദ്യം മുതൽ അവസാനം വരെ മുറുകിയ താളത്തിൽ ഉറക്കെപ്പാടി.

ആന നിന്നു. കുട്ടികൾ "ആന വരുന്നേ ആന വരുന്നേ" എന്നു പാടി ആനയുടെ അടുത്തേക്കു നീങ്ങി. ആന ചിന്നം വിളിച്ചുകൊണ്ടു തിരിഞ്ഞോടി. ''ആന വരുന്നേ, ആനവരുന്നേ" വിളിച്ചു പൊട്ടിച്ചിരിച്ച് കളിയവസാനിച്ചു.

രണ്ടാം ഘട്ടം:–

കുട്ടികളെ വട്ടത്തിലിരുത്തുക. അവരല്പം വിശ്രമിക്കട്ടെ. ഈ സമയം അദ്ധ്യാപകൻ ആ പാട്ടു മുഴുവൻ താളത്തിലും ഈണത്തിലും ചൊല്ലിക്കേൾപ്പിക്കണം.

അതിനുശേഷം ഒരു കുട്ടിയോട് ആന എന്നതിനു പകരമുള്ള ഒരു വാക്കു പറയാൻ ആവശ്യപ്പെടുക. അതിനു സൂചനയായി 'പലക' എന്നും തടി എന്നും എഴുതിയ രണ്ടുകാർഡു കാണിച്ചു പറയുക.

"ആ വാക്കിൽ രണ്ടക്ഷരമുണ്ട്. ആദ്യത്തെ അക്ഷരം പലകയിലുണ്ട്, തടിയിലില്ല. അക്ഷരം 'ക' എന്നു കുട്ടികളിൽനിന്ന് ചോദ്യങ്ങളിലൂടെ വരുത്തണം.

പിന്നീട് 'അരി'യിലുണ്ട് 'അന്തി'യിൽ ഇല്ല. കാർഡുകൾ കാണിക്കണം.

അക്ഷരം – രി. വാക്ക് കരി = ആന.

ഇനി മറ്റൊരു വാക്ക് കാർഡുകൾ കാണിച്ച് ആദ്യാക്ഷരം കണ്ടെത്തണം. 'ഗണ'ത്തിലുണ്ട്. പണത്തിലില്ല.

രണ്ടാമത്തെ വാക്കിന്റെ രണ്ടാമത്തെ അക്ഷരം കണ്ടെത്താൻ 'നിജം' 'നിര' എന്നിങ്ങനെ എഴുതിയ കാർഡുകൾ കാണിച്ചു പറയുക.

നിജം – അതിലുണ്ട്. നിര –

ഇതിലില്ല.

അക്ഷരം – ജം. വാക്ക് – ഗജം.

ആനയ്ക്കു പകരമുള്ള വാക്കുകൾ – കരി, ഗജം.

മൂന്നാംഘട്ടം:

ചോദ്യം – ആന ഏതു ദിക്കിൽ നിന്നു വന്നു?

ഉത്തരം – കിഴക്ക്.

ചോദ്യം – കുട്ടികൾ എവിടെ നിന്നു?

ഉത്തരം – പടിഞ്ഞാറ്.

ദിക്കുകൾ ഇനിയുള്ളവയിൽ ഒന്ന് ആർക്കു പറയാം. ഒരു കുട്ടിയെക്കൊണ്ടു പറയിക്കുന്നു. വേണമെങ്കിൽ സൂചനകൾ നല്കാം.

– വടക്ക്.

ഇതുപോലെ 'തെക്ക്' എന്നും പറയിക്കാം.

അതിനുശേഷം ഓരോ ദിക്കിനുമുള്ള മറ്റു ദിക്കുകൾ സൂചനകളിലൂടെ പറയിക്കാൻ നോക്കുക. ഇല്ലെങ്കിൽ അദ്ധ്യാപകൻ പറഞ്ഞുകൊടുക്കുക.

കിഴക്ക് – പൂർവ്വം.

പടിഞ്ഞാറ് – പശ്ചിമം.

വടക്ക് – ഉത്തരം.

തെക്ക് – ദക്ഷിണം.

അവസാനം അദ്ധ്യാപകൻ പാട്ടു രണ്ടുവരിവീതം പാടി കുട്ടികളെക്കൊണ്ടു പാടിച്ച് "ആന വരുന്നേ ആന വരുന്നേ" എന്ന വിളിയോടെ കളി നിർത്താം.

8

പാടാം അറിയാം

1. ഇന്ദ്രിയങ്ങൾ

കണ്ണുകൾ നല്ലതേ കാണാവൂ.
കാതുകൾ നല്ലതേ കേൾക്കാവൂ
മൂക്കിനാൽ നല്ല മണമറിക
നാവില് നന്മ വിളയാടണം
ത്വക്കു ചന്തത്തിന്നുടമയല്ല
പഞ്ചേന്ദ്രിയങ്ങളിവയ്ക്കുപേര്
ആറാമതിന്ദ്രയം മാനസം താൻ
നല്ലതുപോലിവ വർത്തിക്കണം.

2. ദിവസങ്ങൾ

ഞായറുദിച്ചു ചെന്നിറമായ്
തിങ്കൾ വാനിൽ ചിരിതൂകി
ചൊവ്വാ മംഗളമരുളുന്നു
ബുധനോ ബോധമുണർത്തുന്നു
വ്യാഴം വലുതായ് ശുഭമരുളി
വെള്ളി വെളിച്ചം ചൊരിയുന്നു
ശനിയോ ശോഭ തുളുമ്പുന്നു.

3. നവരസങ്ങൾ

ശൃംഗാരത്തിൻ ചിരി കണ്ടോ
കരുണം കണ്ണീർ ചൊരിയുന്നു
വീരം ശിരസ്സു കുലുക്കുന്നു
രൗദ്രം കണ്ണിൽ തീ പാറി
ബീഭത്സം ചിറികോട്ടുന്നു
ഹാസ്യം ചുണ്ടു ചുളുക്കുന്നു
ഭയാനകം വിറ കൊള്ളുന്നു
അത്ഭുതമെന്തോ കാണുന്നു
ശാന്തം മേലേ നോക്കുന്നു
നവരസമിങ്ങനെ വിലസുന്നു.

4. മലയാള മാസങ്ങൾ

ചിങ്ങം പിറന്നു ചിരിച്ചു പൂക്കൾ
കന്നിയിൽ വേനൽ കടുത്തു വന്നു
തുലാമഴയൊച്ചയിൽ പേടിയാക്കി
വൃശ്ചികം നല്ല തണുപ്പു തന്നു
ധനുമാസ ആതിര പാടിവന്നു
മകരം മരംകോച്ചും മഞ്ഞുപെയ്തു
കുംഭത്തിൽ കുടിവെള്ളം കിട്ടാ
താതായി
മീനത്തിൽ മീനുകളാർത്തു തുള്ളി
മേടത്തിൽ കൊന്ന കണിയൊ
രുക്കി
ഇടവം കുടകളെയണിനിരത്തി

മിഥുനത്തിൽ മാനം തുടുത്തു
വീണ്ടും
കർക്കടകം കരിക്കാടിയായി
ഇങ്ങനെ മാസങ്ങൾ പത്തും രണ്ടും
മങ്ങാതെ വഴിപോലെയെത്തിടുന്നു.

5. താളമയം

താളം താളം താളമയം
താളം താളം സർവ്വത്ര.
അണുവിൽത്താളം, ആകാശ
ത്തിലെ
നക്ഷത്രക്കൂട്ടത്തിൽത്താളം
ഭൂമികറങ്ങുന്നൊരുതാളത്തിൽ
പ്രപഞ്ചമാകെ താളമയം
ഇടിയിൽത്താളം മഴയിൽ താളം
തിരമാലകളിൽ പല താളം
ഇലയിൽത്താളം പൂവിൽത്താളം
ചെടികളിലുണ്ടേ പല താളം
കാണ്മതിലെല്ലാം താളങ്ങൾ
കേൾപ്പതിലെല്ലാം താളങ്ങൾ
അക്ഷരരൂപം താളത്തിൽ
ചൊല്ലുകളെല്ലാം താളത്തിൽ
താളംകൂടാതെന്തുണ്ട്
താളത്തിലുമുണ്ടൊരുതാളം
പലതാളംകൊണ്ടീലോകം
ഒരുമയിൽ നില്പതു കാണുക നാം
താളം തെറ്റരുതൊരുനാളും
താളംപോയാലവതാളം
താളം ജീവിതമെപ്പോഴും
സുന്ദരമാക്കുന്നറിയുക നാം.

6. സമയം

സമയത്തിൻ വിലയെന്തെന്നറി
യാതെ
സമയം കളയല്ലേ കൂട്ടുകാരേ.
സമയം വെറുതേ കളഞ്ഞീടുകിൽ
സമയത്തെയോർത്തു നാം ദുഃഖി
ച്ചിടും
സമയത്തു ചെയ്യേണ്ട കൃത്യ
മെല്ലാം
ചിട്ടയായ് ചെയ്യുവിൻ കൂട്ടുകാരേ.

7. നല്ലതു മാത്രം

കാണരുതാത്തതു കണ്ടു നിങ്ങൾ
കണ്ണിന്റെ മേന്മ കളയരുതേ.
കേൾക്കരുതാത്തതു കേട്ടു നിങ്ങൾ
കേൾവിക്കു കോട്ടം വരുത്തരുതേ.
പറയരുതാത്തതു പറയരുതേ
പല്ലിനു കേടു വരുത്തരുതേ
ചെയ്യരുതാത്തതു ചെയ്തു
നിങ്ങൾ
ജീവിതം പാഴാക്കിത്തീർക്കരുതേ.
നന്മയിൽ മാത്രം മനസ്സുവയ്ക്കിൻ
തിന്മകൾ ദൂരെ വലിച്ചെറിയിൻ.

8. ഒരുമ

മണ്ണും ചെടികളും, പുല്ലും പുഴുക്കളും
കാടും മൃഗങ്ങളും, മാനവും പറവയും
കടലും നദികളും, സൂര്യനും ചന്ദ്രനും
എല്ലാരുമെല്ലാരുമൊരുമയോടെ
പുലരും പ്രപഞ്ചത്തിലെന്തിനായി
മാനവൻ വെവ്വേറെ നിന്നു സ്നേഹ-
നാശത്തിനായിപ്പൊരുതിടുന്നു.

9. കുഞ്ഞിത്തത്ത

കുഞ്ഞിത്തത്തയ്ക്കൊരാശ
കൂടുവിട്ടൊന്നു പറക്കാൻ
കൂട്ടുകാരൊത്തു കളിക്കാൻ
കൂട്ടമായ്പാടി രസിക്കാൻ

കൂട്ടിലടച്ചിട്ട കുഞ്ഞിനോട്
കുഞ്ഞിത്തത്ത പറഞ്ഞീയാശ
കുഞ്ഞു മനസ്സു കനിഞ്ഞു
കുഞ്ഞിത്തത്ത പറന്നു
മാനം നോക്കി പറപറന്നു.

10. കൂട്ടുകാർ

കുഞ്ഞിപ്പൂച്ച കരഞ്ഞു മ്യാവൂ
തള്ളപ്പൂച്ചയടുത്തെത്തി
കുഞ്ഞിനു പാലുകൊടുത്തു പൂച്ച
കുഞ്ഞിപ്പൂച്ച കളിയാടി.
കൂട്ടിനു വന്നൊരു
കുഞ്ഞെലിയും
കൂട്ടുകാരവർ കളിയായി
ഓടിച്ചാടിക്കളിയായി
ഒച്ചയെടുത്തു വിളിയായി
മ്യാവൂ മ്യാവൂ കീ കീ കീ
മ്യാവൂ കീ കീ മ്യാവൂ കീ
കീ
തള്ളപ്പൂച്ച കലിയോടെ
ചാടി വീണു എലിയുടെ മേൽ
കുഞ്ഞിപ്പൂച്ച ഇടയിൽച്ചാടി
കുഞ്ഞെലിയോടി നെട്ടോട്ടം.

11. മണ്ണിനെ മറക്കല്ലേ

പാടത്തെ നെൽച്ചെടി
പവിഴ മണികളാൽ
പറവകളെയെന്നുമൂട്ടുന്നു.
കൊക്കും കൊക്കുമുരുമ്മിക്കുയിലു
കൾ
കൂട്ടമായ് പാടി രസിക്കുന്നു.
അണ്ണാറക്കണ്ണനും കുഞ്ഞാറ്റക്കിളി
യുമായ്
മാമ്പഴം പങ്കിട്ടു തിന്നുന്നു.

കൈത്തോടു കാട്ടാറിൻ തോളത്തു
കൈയിട്ടു
കടലിലേക്കോടിയടുക്കുന്നു.
കടലിന്റെ കൈനീട്ടിയവരെപ്പു
ണർന്നുകൊ-
ണ്ടായിരം മുത്തം കൊടുക്കുന്നു.

കുളിർകാറ്റുവീശിച്ചെടികളെത്തഴു
കുന്നു
മാമരമെല്ലാർക്കും തണലേകുന്നു.
ഭൂമിതൻ ദാഹം കെടുത്തുവാൻ
കാർമുകിൽ
കുളിർജലം കനിവോടെ നല്കുന്നു.

കാടും മരങ്ങളും മണ്ണും മനുജന്റെ
കനിവിനായ് കൈക്കുമ്പിൾ
നീട്ടുന്നു
മണ്ണാണ് ജീവിതൻ സ്വർഗ്ഗമറിയു
വിൻ
മണ്ണുമറന്നൊന്നും ചെയ്യരുതേ.

12. സ്നേഹം സ്നേഹം

നിറങ്ങൾ ഞങ്ങൾ ഒന്നാണേ
നിങ്ങൾ നിറങ്ങൾ തിരിക്കരുതേ
നിങ്ങളിലുണ്ടു ചെമപ്പുനിറം
നിങ്ങളിലുണ്ടു കറുപ്പുനിറം
ഇലകൾക്കെല്ലാം പച്ചനിറം
പൂക്കൾ പലനിറമാണല്ലോ
ആകാശത്തിനു നീലനിറം
മാരിവില്ലിന് ഏഴുനിറം
മാനവരക്തം ഒരേനിറം
മാനവദുരിതം നിറരഹിതം

13 പുസ്തകം

എങ്ങും വെളിച്ചമെന്നുമെത്തിക്കുവാൻ
എല്ലാർക്കുമാനന്ദമേകീടുവാൻ
എന്തിനുമേതിനുമുത്തരമോതുവാൻ
എന്നും തുണയ്ക്കുന്നു പുസ്തകങ്ങൾ.

അമ്മയായച്ഛനായാത്മസുഹൃത്തായി
അത്താണിയായെന്നുമാശ്വാസമായ്
അഗ്നിയായെന്നുമാശ്വാസമായ്
അഗ്നിയായ് നമ്മിൽ ജ്വലിച്ചുനിന്നീടുന്നു
അംശുമാനായ് മിന്നും പുസ്തകങ്ങൾ.

14. ക... മ.

കാലത്തെ തന്നെയെഴുന്നേല്ക്കണം
ക ഖ ഗ ഘ ങ
ചന്തം വരുത്താനൊരുങ്ങേണം
ച ഛ ജ ഝ ഞ
ടീച്ചർ പറഞ്ഞവ ചെയ്യേണം
ട ഠ ഡ ഢ ണ
തഞ്ചമായ് പള്ളിക്കൂടത്തിൽ പോണം
ത ഥ ദ ധ ന
പാഠങ്ങളെല്ലാം പഠിക്കേണം
പ ഫ ബ ഭ മ
കൂട്ടുകാരൊത്തു കളിക്കേണം
കൂട്ടത്തിൽ പലതും പഠിക്കേണം.

15. ഒന്ന്... പത്ത്

ഒന്ന് രണ്ട് മൂന്ന് നാല്
അഞ്ചു കുഞ്ഞുങ്ങൾ
ആറ് ഏഴ് എട്ട് ഒൻപത്
പത്തുപേരൊത്ത്
വട്ടം നിന്ന് താളമിട്ട്
പാട്ടു പാടുന്നു
താം താം തരികിട
താം താം തരികിട
പാട്ടുപാടുന്നു.

16. തത്തമ്മ

തത്തമ്മേ നിന്നുടെ ചുണ്ടില് ചെഞ്ചായം
തേച്ചുമിനുക്കിയതാരാണ്?
പത്മരാഗക്കല്ലു കൊത്തിയെടുത്തപ്പോൾ
പറ്റിപ്പിടിച്ചതീ ചെഞ്ചായം.
നിന്റെ മൃദുമേനി പച്ചച്ച പട്ടിനാൽ
മൂടിപ്പുതപ്പിച്ചതാരാണ്?
പ്രകൃതിയാം ദേവിയൊരിത്തിരിപ്പച്ചപ്പ-
ട്ടെൻമേനിതന്നിൽ പുതച്ചു തന്നു.
നിന്റെ കഴുത്തിലെ പഞ്ചവർണ്ണമാല
ആരാരണിയിച്ചു തത്തമ്മേ?
ഈയുലകത്തിലെപ്പൂക്കളൊരുമിച്ചു
നിർമ്മിച്ചു തന്നതീ വർണ്ണഹാരം.
നിന്റെ മൊഴികളിൽ തേൻപുരട്ടി നല്ല
മാധുര്യമേകിയതാരാണ്?
തുഞ്ചത്തെഴുത്തച്ഛൻ താലോലിച്ചേകിയീ
തേനൂറും വായ്മൊഴി കൂട്ടുകാരേ.

(ഈ പാട്ട് അഭിനയക്കളിയായിട്ടോ നൃത്തശില്പമായിട്ടോ അവതരിപ്പിക്കാവുന്നതാണ്).

17. അക്ഷരം

അക്ഷരം അജ്ഞത നീക്കിടുന്നു – നമ്മിൽ
അക്ഷരം അഗ്നി കൊളുത്തിടുന്നു.
അക്ഷരം ജീവന്റെ ജീവനല്ലോ – സ്നേഹം
അക്ഷരം നമ്മിൽ വളർത്തിടുന്നു.
അക്ഷരം നമ്മുടെ ശക്തിയല്ലോ – നിത്യം
അക്ഷരം മുക്തി തരുന്നുവല്ലോ
അക്ഷരം നമ്മുടെ മിത്രമല്ലോ – എന്നും
അക്ഷരം ശത്രുവെ വെന്നിടുന്നു.
അക്ഷരം അമ്മിഞ്ഞപ്പാലേകുന്നു – നമ്മെ
അക്ഷരം അച്ഛനായ് കാത്തിടുന്നു.
അക്ഷരം ആമോദമേകിടുന്നു – ലോകം
അക്ഷരത്താൽ വൃദ്ധി നേടിടുന്നു.

18. അമ്മ

അമ്മയെ ആദ്യമായ്ക്കാണുന്നു – നമ്മൾ
അമ്മയെന്നാദ്യം വിളിക്കുന്നു.
അമ്മിഞ്ഞ നല്കി വളർത്തുന്നു – അമ്മ

നമ്മൾക്കു ദൈവമായ്ത്തീരുന്നു.
അച്ഛനെ നമ്മൾക്കായ് നല്കുന്നു
– അമ്മ
അക്ഷരവിദ്യകളൂട്ടുന്നു.
അമ്മ നമുക്കായി എന്നുമെന്നും –
നൂറു
നന്മവരുവാനായ് നേരുന്നു.
അമ്മയ്ക്കൊരുമ്മ കൊടുക്കു
മ്പോൾ – നമ്മൾ
നമ്മെ മറന്നു സുഖിക്കുന്നു.
അമ്മയാണെന്നും നമുക്കു സത്യം
– നിത്യം
അമ്മയെക്കണ്ടു വണങ്ങേണം.

ഉത്തരം ചിന്തിച്ചു കണ്ടെത്തുക

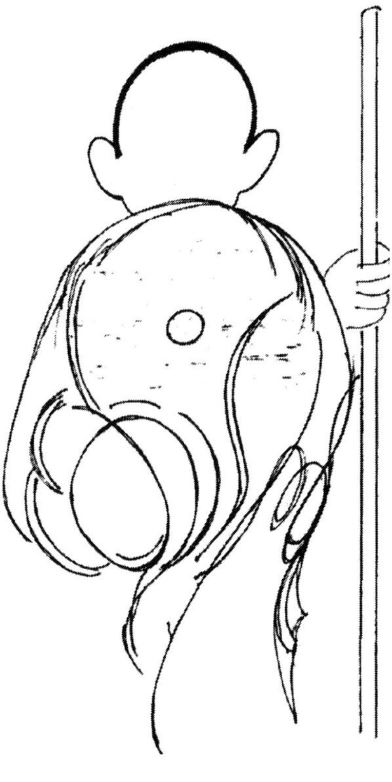

അവസാനം നല്കിയിട്ടുള്ള കടംക ഥകളിൽ ഒന്നിന്റെയും രണ്ടിന്റെ യും മൂന്നിന്റെയും ഉത്തരം ഈ ചിത്രത്തിലുണ്ട്.

4. കളുംകുട്ടി ല്ലാഎ കംപുസ്ത വാണംക്കയി. (ഈ വാക്കുകൾ ശരി യായി എഴുതുമ്പോൾ കടംകഥ നാലിന്റെ ഉത്തരം അതിലുണ്ടാ കും.)

5. പന്തയം, മോന്തായം, ചിരി, കുന്തം, രുചി. (ഈ അഞ്ചുവാ ക്കിൽനിന്ന് രണ്ടക്ഷരം തെരഞ്ഞെ ടുത്ത് കടംകഥ അഞ്ചിന്റെ ഉത്തരം കണ്ടെത്തുക.)

ഇനി അല്പം കളിക്കാം

13–ാം കളിയിലെ രണ്ടും, മൂന്നും ഘട്ടങ്ങളുടെ ഉത്തരം.

രണ്ടാം ഘട്ടം
ഒന്നാം വരി – അരുണജ
രണ്ടാം വരി – അരുണിമ
മൂന്നാം വരി – ജവനിമ
നാലാം വരി – അണവറ
അഞ്ചാം വരി – അണിനിറ

മൂന്നാം ഘട്ടം

1. അരുണജ.
അ – അഭിമാനം രു – രുധിരം.
– അരമന ഒരുക്കം.

ണ – കരുണ ജ – ജനനി
– പരിണയം നീരജ.

2. അരുണിമ
അ – അരയന്നം, അമരം. രു – വര രുചി, കുരുതി.
ണി – അണിയറ, പണിശാല. മ – മരതകം, കോമളം.

3. ജവനിമ.
ജ – വനജ, ജനശക്തി. വ – വന്ദനം, പാവനം.
നി – പനിമതി, യവനിക. മ – ചന്ദനമരം, മനോഹരം.

4. അണവറ.
അ – അറിവ്, അശോകം. ണ – പ്രണവം, നുണപ്പാട്ട്.
വ – അവകാശം, വിവരം. റ – പറവ, മറവ്.

5. അണിനിറ
അ – അത്താഴം, അന്തരീക്ഷം. ണി – ആവണി, കണിക്കൊന്ന.
നി – ഇടനില, പടനിലം. റ – കറവപ്പശു, നിറപറ.

9

അക്ഷരച്ചിത്രങ്ങൾ

മലയാള ഭാഷയിലെ അക്ഷരങ്ങളെല്ലാം ചന്തമുള്ളവയാണ്. അവയെല്ലാം ചിത്രങ്ങളാക്കാവുന്നതും. ചെറിയ വരകൾ കൂട്ടിച്ചേർത്താൽ മതി. ഇത് ഒരു കളിയായോ പ്രവർത്തനമായോ കുട്ടികൾക്കു നല്കാം. ചില മാതൃകകൾ ഇതോടൊപ്പമുണ്ട്.

ഒരു മാതൃക അദ്ധ്യാപകൻ വരച്ചു കാണിക്കുക. അവരവർക്ക് ഇഷ്ടമുള്ള അക്ഷരം ചിത്രമാക്കാനോ, ഒരക്ഷരം നല്കി ചിത്രമാക്കാനോ കുട്ടികൾക്ക് അദ്ധ്യാപകൻ നിർദ്ദേശം നല്കണം. അക്ഷരമാലാക്രമത്തിൽ ദിവസം ഓരോ അക്ഷരം വീതവും നല്കാം.

കുട്ടി സ്വന്തം ഭാവനയനുസരിച്ചു വരയ്ക്കട്ടെ. വരച്ച ചിത്രങ്ങൾ ക്ലാസിൽ പ്രദർശിപ്പിക്കണം. വരച്ചവ ഭദ്രമായി എക്കാലവും സൂക്ഷിച്ചുവയ്ക്കാൻ കുട്ടികളെ പ്രേരിപ്പിക്കുക.

(കുട്ടികളുടെ അക്ഷരബോധം, അക്ഷരമാലയുടെ ക്രമത്തെപ്പറ്റിയുള്ള ധാരണ, ഭാവന, സർഗ്ഗവാസന, ചിന്ത, പ്രവർത്തനതാല്പര്യം, ശ്രദ്ധ തുടങ്ങിയ നിരവധി ശേഷികൾ ഇതിലൂടെ വികസിക്കുന്നു.)

അ

ഉ

ഋ

എ

ക

ട

ഠ

ണ

യ

ത

മ

റ

10

ആദ്യാക്ഷരപദതാളം

തുടക്കത്തിൽ ഒരേ അക്ഷരം വരുന്ന വാക്കുകൾ താളത്തിൽ ചൊല്ലാൻ പാകത്തിൽ രചിച്ചവയാണ് ചുവടേ ചേർക്കുന്ന വരികൾ. താളമാണ് ഇവിടെ പ്രധാനം. കൂട്ടത്തിൽ കുറേ പദങ്ങൾ വശമാക്കുകയും.

മുതിർന്നവർ താളത്തിലും, ഈണത്തിലും ചൊല്ലിയാണ് ഇവ കുട്ടികളെ പഠിപ്പിക്കേണ്ടത്. എല്ലാ പദങ്ങളും ആദ്യാക്ഷരത്തിന് ഊന്നൽ നല്കി ചൊല്ലിക്കണം. പഠിച്ചശേഷം കളികളിലൂടെ ഇവ ഉറപ്പിക്കണം. കുട്ടികൾക്കു പരിചയമില്ലാത്ത പദങ്ങൾ പരിചയപ്പെടുത്തുകയും വേണം.

അ അമ്മ അമ്മിഞ്ഞ
അ അച്ഛൻ അട അപ്പം
അ അനുജൻ അടയാളം
അ അനുജ അരളിപ്പൂ.

ആ ആന ആകാശം
ആ ആട ആനന്ദം
ആ ആശ ആവേശം
ആ ആട്ടം ആമോദം.

ഇ ഇല ഇമ ഇടിവെട്ട്
ഇ ഇന്ന് ഇന്നലെയും
ഇ ഇല ഇര ഇല്ലം
ഇ ഇഞ്ചി ഇലത്താളം

ഈ ഈച്ച ഈറക്കോൽ
ഈ ഈട്ടി ഈടുണ്ട
ഈ ഈയം ഈറ്റപ്പുലി
ഈ ഈണം ഈശ്വരൻ.

ഉ ഉച്ച ഉച്ചാരണം
ഉ ഉപ്പ് ഉച്ചന്തല
ഉ ഉറി ഉടയാട
ഉ ഉടമ ഉത്രാടം.

ഊ ഊഞ്ഞാൽ ഊതനിറം
ഊ ഊളൻ ഊന്നുവടി
ഊ ഊക്കൻ ഊഷ്മാവ്
ഊ ഊറ്റം ഊണില്ല.

ഋ ഋണം ഋതുകാലം

ഋ ഋഷി ഋഗ്വേദം
ഋ ഋജു ഋജുരേഖ
ഋ ഋതി ഋതുപർണ്ണൻ
(ഋതി – ഗതി)

എ എരുമ എലി എള്ള്
എ എട്ട് എഞ്ചുവടി
എ എണ്ണ എതിർവാക്ക്
എ എവിടെ എള്ളുണ്ട.

ഏ ഏണി ഏറിക്കോ
ഏ ഏഴ് ഏത്തയ്ക്കാ
ഏ ഏട് ഏന്തുകനാം
ഏ ഏകം ഏട്ടത്തി.

ഐ ഐക്യം ഐകമത്യം
ഐ ഐങ്കോൺ ഐണേയം
ഐ ഐരം ഐരാവതം
ഐ ഐവർ ഐശ്വര്യം.
(ഐരം – സമുദ്രം, ഐണേയം – കറുത്ത മാൻ).

ഒ ഒച്ച ഒട്ടുപടം
ഒ ഒടുവിൽ ഒട്ടകവും
ഒ ഒന്ന് ഒരുനൂറ്
ഒ ഒരുമ ഒറ്റത്തടി.

ഓ ഓടം ഓടാമ്പൽ
ഓ ഓട്ടം ഓട്ടപ്പം
ഓ ഓണം ഓമനകൾ
ഓ ഓല ഓശാന.

ഔ ഔജസം ഔചിത്യം
ഔ ഔഷധം ഔത്സുക്യം
ഔ ഔഷണം ഔദാര്യം
ഔ ഔഷധി ഔന്നത്യം
(ഔഷണം – കുരുമുളക്.)

അം അംബ അംബുജം
അം അംബു അംഭോജം
അം അംഭസ്സ് അംബുദം
അം അംശു അംശുമാൻ

ക കക്കം കർക്കടകം
ക കടമ കടലോരം
ക കണ്ണ് കണ്ണാടി
ക കത്തി കഥകളി

കാ കാക്ക കാക്കപ്പൂ
കാ കാള കാട്ടാളൻ
കാ കാണം കാരണവർ
കാ കാത് കാതോരം.

കി കിരണം കിന്നാരം
കി കിണ്ണം കിളിവാതിൽ
കി കിഴവൻ കിള്ളിയാർ
കി കിലുക്കം കിളിയൊച്ച.

കീ കീടം കീർത്തനം
കീ കീരി കീർത്തിമാൻ
കീ കീറ് കീറാമുട്ടി
കീ കീശ കീരക്കറി.

കു കുഞ്ഞ് കുടമല്ലി
കു കുമുദം കുടവയറൻ
കു കുട്ടി കുഞ്ഞനിയൻ
കു കുസൃതി കുറ്റക്കാരൻ

കൂ കൂട്ടം കൂടിയാട്ടം
കൂ കൂട് കൂത്താടി
കൂ കൂമൻ കൂവളക്കാ
കൂ കൂലി കൂവരക്

കൃ കൃതം കൃത്രിമം
കൃ കൃഷി കൃത്തിക
കൃ കൃത്യം കൃശരൂപം
കൃ കൃഷ്ണൻ കൃഷ്ണമണി

കെ കെട്ട് കെട്ടിലമ്മ
കെ കെല്പ് കെട്ടുതാലി

കെ	കെണി	കെട്ടുകഥ
കെ	കെഞ്ചി	കെടുത്തല്ലേ

കേ	കേരം	കേരളം
കേ	കേശം	കേശവൻ
കേ	കേമം	കേസരി
കേ	കേറ്റം	കേളീരംഗം

കൈ	കൈത	കൈനോട്ടം
കൈ	കൈപ്പ	കൈനീട്ടം
കൈ	കൈപ്പട	കൈപ്പിഴ
കൈ	കൈമണി	കൈമാറ്റം

കൊ	കൊക്ക്	കൊട്ടുവടി
കൊ	കൊച്ചി	കൊങ്കണം
കൊ	കൊഞ്ചൽ	കൊടിക്കൂറ
കൊ	കൊട്ട്	കൊട്ടാരം

കോ	കോടി	കോടക്കാർ
കോ	കോട്ട	കോട്ടുവാ
കോ	കോട്ടം	കോട്ടയം
കോ	കോണി	കോമാളി

കൗ	കൗടം	കൗടില്യൻ
കൗ	കൗപം	കൗതുകം
കൗ	കൗമുദി	കൗശികൻ
കൗ	കൗമാരം	കൗമാരി

(കൗടം – കള്ളം, കൗപം – കിണറ്റുവെള്ളം, കൗശികൻ – വിശ്വാമിത്രൻ, കൗമാരി – പാർവ്വതി)

കം	കടുകം	നാരകം
കം	കനകം	നാടകം
കം	കടകം	ജീരകം
കം	കണികം	കർണ്ണാടകം

(കടുകം – എരിവ്, മുളക്)

ഗ	ഗഗനം	ഗംഗാധരൻ
ഗ	ഗജവും	ഗർജ്ജനവും
ഗ	ഗണപതി	ഗതാഗതം
ഗ	ഗണിതം	ഗഞ്ചിറ

ച	ചകരി	ചക്കപ്പഴം
ച	ചക്കര	ചക്രവർത്തി
ച	ചങ്ങല	ചങ്ങാടം
ച	ചട്ടം	ചങ്ങാതി

ജ	ജഗതി	ജഗദംബ
ജ	ജടയും	ജടായുവും
ജ	ജനനി	ജനപ്രിയ
ജ	ജനനം	ജയഘോഷം

ഞാ	ഞാഞ്ഞൂൽ	ഞാറ്റുവേല
ഞാ	ഞായർ	ഞാണൊലി
ഞാ	ഞാലുക	ഞാലിപ്പൂവൻ
ഞാ	ഞാറ്	ഞാറ്റുകണ്ടം

ത	തകരം	തപ്പുമേളം
ത	തക്കം	തക്കാളി
ത	തങ്കം	തങ്കക്കുടം
ത	തഞ്ചം	തത്തമ്മ

താ	താലം	താലപ്പൊലി
താ	താലി	താലികെട്ട്
താ	താളം	താളമേളം
താ	താഴ്	താഴമ്പൂ

തി	തിളക്കം	തിരുവാതിര
തി	തിരക്ക്	തിരുത്തുണി
തി	തിമില	തിരക്കഥ
തി	തിടുക്കം	തിരമാല

തു	തുമ്പ	തുമ്പിക്കൈ
തു	തുമ്പി	തുളസിപ്പൂ
തു	തുള്ളൽ	തുഞ്ചത്ത്
തു	തുംഗം	തുരുമ്പിക്കൽ

തെ	തെയ്യം	തെയ്യാട്ടം
തെ	തെക്ക്	തെറ്റാടി
തെ	തെന്നൽ	തെറ്റിപ്പൂ
തെ	തെളിവ്	തെങ്ങോല

തേ	തേങ്ങ	തേക്കുമരം
തേ	തേങ്ങൽ	തേനീച്ച
തേ	തേപ്പ്	തേന്മാവ്
തേ	തേര്	തേവാരം
തൊ	തൊക്ക്	തൊടുകുറി
തൊ	തൊട്ടി	തൊട്ടിലാട്ടം
തൊ	തൊട്ടിൽ	തൊണ്ണൂറ്
തൊ	തൊപ്പി	തൊള്ളായിരം
ന	നടനം	നടക്കുക
ന	നക്രം	നക്ഷത്രം
ന	നടുക	നട്ടെല്ല്
ന	നന്മ	നന്ദനൻ
നാ	നാട്	നാടകം
നാ	നാഗം	നാഗസ്വരം
നാ	നാദം	നാട്ടാന
നാ	നാണം	നാരങ്ങ
പ	പക്ഷി	പക്കമേളം
പ	പകുതി	പഴംകഞ്ഞി
പ	പങ്കം	പങ്കായം
പ	പച്ച	പഞ്ചേന്ദ്രിയം
പീ	പീതം	പീതാംബരം
പീ	പീഡ	പീയൂഷം
പീ	പീപ്പി	പീരങ്കി
പീ	പീലി	പീച്ചാങ്കുഴൽ
പൂ	പൂച്ച	പൂച്ചട്ടി
പൂ	പൂവ്	പൂക്കണി
പൂ	പൂജ	പൂത്തിരി
പൂ	പൂജ്യം	പൂഞ്ചേല
മ	മകരം	മകരന്ദം
മ	മകുടം	മംഗളം
മ	മഞ്ചം	മഞ്ചാടി
മ	മഞ്ഞ	മഞ്ഞുമല

മാ	മാപ്പ്	മാവേലി
മാ	മാന്യത	മാമാങ്കം
മാ	മാവ്	മാമ്പൂവ്
മാ	മായ	മാലാഖ
യ	യക്ഷി	യജുർവേദം
യ	യമുന	യമദേവൻ
യ	യശസ്സ്	യവനിക
യ	യന്ത്രം	യജമാനൻ
ര	രശ്മി	രഘുരാമൻ
ര	രക്തം	രക്ഷണം
ര	രചന	രണ്ടായിരം
ര	രജനി	രവിവാരം
ല	ലക്ഷം	ലക്ഷണം
ല	ലക്ഷ്മി	ലജ്ജാകരം
ല	ലങ്ക	ലംബോദരൻ
ല	ലയനം	ലവലേശം
വ	വചനം	വട്ടക്കളി
വ	വടിവ്	വള്ളംകളി
വ	വട്ടം	വട്ടുകളി
വ	വണ്ടി	വണ്ടത്താൻ
ശ	ശക്തി	ശക്തിധരൻ
ശ	ശകുനം	ശകുന്തള
ശ	ശംഖം	ശബരിഗിരി
ശ	ശത്രു	ശതാവരി
സ	സത്യം	സൽക്കർമ്മം
സ	സഞ്ചി	സങ്കല്പം
സ	സദയം	സന്തോഷം
സ	സന്തതി	സന്താപം
ഹ	ഹരണം	ഹരികഥ
ഹ	ഹരിണി	ഹസ്തതലം
ഹ	ഹർഷം	ഹരിവർഷം
ഹ	ഹരിതം	ഹരിചന്ദനം.

11

ഉത്തരം ചിന്തിച്ചു കണ്ടെത്തുക

കുഞ്ഞുങ്ങളേ,

ചുവടേ അഞ്ചു കടംകഥ നല്കിയിട്ടുണ്ട്. ഓരോ കടംകഥയും ആദ്യം താളത്തിൽ ചൊല്ലി പഠിക്കണം. അതിനുശേഷം അതിൽ പറഞ്ഞിരിക്കുന്ന കാര്യം മനസ്സിലാക്കണം. പിന്നെ ഓരോന്നിനെപ്പറ്റിയും ചിന്തിച്ച് ഉത്തരം കണ്ടെത്തണം. എന്നിട്ടും കണ്ടെത്താനായില്ലെങ്കിൽ മാത്രം ഈ പുസ്തകത്തിന്റെ താളുകൾ മറിച്ചു നോക്കുക. ഏതെങ്കിലും താളിൽ ഉത്തരം കണ്ടെത്താനുള്ള സൂചനകൾ കാണും. അവിടെയും ചിന്ത വേണ്ടിവരും.

1. മൊട്ടത്തലയും മേൽമുണ്ടും
   വട്ടക്കണ്ണട പാൽച്ചിരിയും
   ഊന്നി നടക്കാനൊരു വടിയും
   ആരാണാരാണറിയാമോ?

2. തലതല്ലിക്കരയുന്നു
   ഒപ്പം ചിരിക്കുന്നു
   മുത്തശ്ശിക്കൊരുപാടു വയസ്സായി,
   ഭ്രാന്തില്ലാ മുത്തശ്ശിയാരാണ്?

3. കിഴക്കു നിന്നൊരു മണവാളൻ
   കറുത്ത പെണ്ണിനെ കാണാനെത്തി.

4. കഥ പറയും ഞാൻ
   കവിതകൾ പാടും
   ഒരുപാടൊരുപാടറിവുതരും
   ഞാനില്ലാത്തൊരു വീടില്ല
   എന്നോടിഷ്ടം കൂടാമോ?

5. എല്ലാവർക്കും ഉണ്ടല്ലോ
   കക്കാനാർക്കും പറ്റില്ല
   ഉടയോനല്ലാതൊരുവർക്കും
   ഉപയോഗിക്കാൻ പറ്റില്ല.